ஒரு மனிதன் ஒரு நகரம்

AF758962

இது ஒரு

மெட்ராஸ் பேப்பர்

தயாரிப்பு

ஒரு மனிதன் ஒரு நகரம்

கோகிலா

மெட்ராஸ் பேப்பர்

Title: Oru Manithan Oru Nagaram
Author's Name: Kokila

Published by MadrasPaper

மெட்ராஸ் பேப்பர்
MadrasPaper
(An imprint of Zero Degree Publishing)
No. 55(7), R Block, 6th Avenue,
Anna Nagar,
Chennai - 600 040

Website: www.madraspaper.com
Author's email: writerkokilababu@gmail.com
www.zerodegreepublishing.com
E Mail id: zerodegreepublishing@gmail.com
Phone: 89250 61999

First Edition: November 2022
ISBN: 978-93-95511-67-4
TITLE NO MP: 18

Cover Design & Layout: Vijayan, Creative Studio

பொருளடக்கம்

அதிகாரம் III

அதிகாரம் IV

என்னுரை

சென்னை, மாநகரமாக மாறுவதற்கு முன்பே இங்கு வரலாறு இருந்தது. செழிப்பான ஆட்சிகள் இருந்தன. வளமுடைய மக்கள் இருந்தனர். எங்கிருந்து தொடங்குவது என்று நான் குழம்பியபோது ஆசிரியர் பா.ராகவன் எளிய உவமை ஒன்றின் மூலம் அதைத் தீர்த்து வைத்தார். தெரு விளக்கின் ஒளி அதன் கீழே மட்டும் பளிச்செனத் தெரியும். அதற்கு அடுத்த சுற்றில் கொஞ்சம் மங்கலாக. அதற்கும் அடுத்து அந்த வெளிச்சம் மங்கிக் கொண்டே செல்லும். அப்படி ஒரு காலகட்டத்தை மட்டும் அதிக முக்கியத்துவத்துடனும் அதற்கு முன், பின் காலகட்டங்கள் சுருக்கமாகவும் இருக்கும்படி எழுதச் சொன்னார்.

பதினெட்டாம் நூற்றாண்டின் மத்தியில் இருந்து அந்நூற்றாண்டின் முடிவு வரையிலான காலகட்டத்தைப் பற்றி எழுதலாம் என நான் முடிவு செய்தது அப்படித்தான். மதராஸில் தொடங்கி தென்னிந்தியாவின் பெரும்பாலான பகுதிகளை இந்த காலகட்டத்தில் கைப்பற்றியது பிரிட்டிஷ். கல்வி, மருத்துவம், அடிப்படை வசதிகள் எனப் பல வகையில்

சென்னை, மாநகரமாக வளர அடித்தளம் இடப்பட்டதும் இக்காலகட்டத்தில்தான்.

சென்னையின் நீண்ட நெடிய வரலாற்றை, ராபர்ட் க்ளைவின் வாழ்க்கையைப் பின்னணியாக வைத்து எழுதியிருக்கிறேன். இந்தியாவில் பிரிட்டிஷ் ராஜ்ஜியம் அமைந்ததின் ஆரம்பப் புள்ளியாக இருந்தவர் ராபர்ட் க்ளைவ். அதன் ஆரம்பத் தளமாக இருந்தது சென்னை. வெறுமனே தகவல்களின் தொகுப்பாக இல்லாமல் க்ளைவின் வாழ்வோடு இணைத்து எழுதியதால் ஒரு கதை போல இந்நூல் உருவாகியிருப்பது எனக்கு மகிழ்ச்சியே.

யாருக்காக இதை எழுதுகிறோம் என்ற கேள்விக்கான பதிலைக் கொடுத்தது, நான் கலந்து கொண்ட சென்னை மரபு நடைகள். பல்வேறு குழுக்கள் ஏற்பாடு செய்த நடைகளில் கலந்து கொண்டேன். சென்னையின் கதையை அறிந்து கொள்ளும் ஆவலில் நகரின் பல பகுதிகளில் இருந்து திரண்டு வந்திருந்த மக்களின் ஆர்வம், அவர்களின் கேள்விகள், வயது, பின்னணி இவற்றை களத்தில் பார்த்து அறிய முடிந்தது. தன் நினைவில் இருக்கும் சென்னையும் நிஜத்தில் இருக்கும் சென்னையும் வெவ்வேறாக இல்லாத இந்தத் தலைமுறைக்கான நூல் இது. வாசிப்பவர்களுக்கு வரலாற்றின் சுவடுகள் மிச்சம் இருக்கும் ஒரு சில இடங்களையாவது நேரில் சென்று பார்க்க உந்துதலைத் தரும் என்று நம்புகிறேன்.

நூலுக்கான யோசனையை முன் மொழிந்து, தொடர்ந்து வழிகாட்டி உதவிய ஆசிரியர் பா.ராகவனுக்கு நன்றி.

அதிகாரம் I :

மதராஸில் க்ளைவ்

மரணத்தைத் துரத்தியவன்

அட்லாண்டிக் கடலில் நங்கூரமிடப்பட்டு மிதந்து கொண்டிருந்தது வின்செஸ்டர் கப்பல். 1743-ஆம் ஆண்டு. புயல் கப்பலில் ஏற்படுத்திய சேதத்தை பிரேசில் கடற்கரையில் சரிசெய்து கொண்டுதான் பயணத்தைத் தொடர இயலும். கப்பலின் மேல் தளத்தில் நின்று கொண்டு கடல் அலைகள் கப்பலில் மோதுவதைப் பார்த்துக் கொண்டிருந்தான் அந்த இளைஞன். சராசரிக்கும் சற்று அதிக உயரமும், வலிமையான தேகமும் உடைய அந்த இளைஞனின் முகத்தில் ஆழ்ந்த சிந்தனையின் அறிகுறி தெரிந்தது. கடலில் விழுந்தால் உயிர் பிழைப்பது சாத்தியமா என்றோ, தன்னை மதராஸப்பட்டினத்துக்கு போகச் சொன்ன தந்தை குறித்தோ, தண்ணீரில் அடித்துச் செல்லப்பட்ட தன் பொருள்கள் பற்றியோ யோசனை செய்து கொண்டிருக்கலாம். அவன் பார்வை அலைகளின் மீதே இருந்தது. அலைகளுக்கு இசைவாக கப்பல் ஆடிக்கொண்டிருந்தது. பெரிய அலை ஒன்று மோதியதில் கப்பல் சற்று வேகமாக ஆடியது. அடுத்த நொடி அந்த இளைஞன் கடலில் விழுந்து தத்தளித்துக் கொண்டிருந்தான்.

நீச்சல் தெரிந்தாலும் கூட அணிந்திருக்கும் ஆடைகளே ஆளை உள்ளே இழுக்கும். விழுந்த வேகத்தில் அவன் கடலின் ஆழத்துக்குச் சென்று கொண்டிருந்தான். கால்களில் இருந்த காலணிகளை உதறித் தள்ளிவிட்டு முழு முயற்சி செய்து

கால்களை உந்தித் தள்ளி தண்ணீருக்கு மேலே வந்தான். உதவிக்கு யாரும் அருகில் இல்லை. கைகளையும் கால்களையும் எவ்வளவு அசைத்தாலும் அவன் முயற்சி பலனளிக்காமல் சில நொடிகளில் மீண்டும் உள்ளே சென்றான். இரண்டாவது முறை மேலே வந்தபோது அவன் அருகில் ஒரு வாளி வந்து விழுந்தது. அதை எட்டிப் பிடித்துக் கொண்டான். வாளியில் இணைக்கப்பட்டிருந்த கயிறு கப்பலின் மேலே இருந்த கேப்டனின் கையில் இருந்தது. இந்த இளைஞன் கடலில் விழுந்ததைக் கவனித்து அவர் துரிதமாகச் செயல்பட்டு உதவிக்கு வாளியை வீசியிருக்கிறார். வாளியைப் பிடித்துக் கொண்டு தண்ணீருக்கு மேல் மிதந்து மூச்சு வாங்கி தன்னை ஆசுவாசப்படுத்திக் கொண்டான் இளைஞன்.

“வாளிக்குள் உட்கார்ந்து கொள்” மேலேயிருந்து கத்தினார் கேப்டன். தலைக்கு மேலே இருந்த கயிறை எம்பிப் பிடித்து ஒரு காலை எடுத்து வாளியின் உள்ளே வைத்துத் தொங்கியபடி நின்றான் அந்த இளைஞன். கேப்டன் மெதுவாக அவனை மேலே இழுத்தார்.

“எல்லோரும் கரைக்குப் போய்விட்டார்கள். இன்னும் நீ இங்கே என்ன செய்து கொண்டிருக்கிறாய்? நான் மட்டும் பார்க்காமல் போயிருந்தால் உன் கதி என்ன ஆகியிருக்கும் தெரியுமா?” கடிந்து கொண்டார் கேப்டன் ஸ்டூவர்ட். அப்படி எளிதில் போய்விடும் உயிர் அல்ல அது. மரணத்தைத் துரத்துபவன் அந்த இளைஞன். இங்கிலாந்து, இந்தியா, பிரான்ஸ் நாடுகளின் வரலாற்றைத் திருத்தி எழுதும்வரை அவன் உயிருக்கு ஒன்றும் ஆகாதென்பது அவருக்குத் தெரிந்திருக்க நியாயம் இல்லை.

“என்னுடைய ஆடைகள் எல்லாம் தண்ணீரில் சென்றுவிட்டன. ஏதேனும் உடைமைகள் மிச்சம் இருக்கிறதா என தேடிக் கொண்டிருந்தேன்” என்று பதில் வந்தது.

“உன் பெயரென்ன?”

“ராபர்ட் க்ளைவ்.”

க்ளைவ் கப்பலில் ஏறியதில் இருந்து யாரிடமாவது சண்டை போட்டுக்கொண்டு கோபமாக சுற்றிக் கொண்டிருந்ததைப் பார்த்திருந்தார் கேப்டன். இளம் வயது. சாதாரணப் பயணி.

தங்கும் அறை அவ்வளவு வசதியாக இருக்காது. கப்பல் அதிகார அடுக்குகளைக் கொண்ட இடம். கீழ் அடுக்கில் இருந்த க்ளைவ் அவ்வப்போது மேலடுக்கில் இருந்தவர்களால் அவமதிப்புடன் நடத்தப்பட்டதும் சச்சரவுகளுக்குக் காரணம். க்ளைவ் கடலில் விழுந்து பிழைத்தது கேப்டனுக்குப் பரிதாபத்தை ஏற்படுத்தி இருக்க வேண்டும். எனவே சற்று நட்புடன் பேசத் தொடங்கினார்.

“என்ன வேலையில் சேர்வதற்காக மதராஸ் செல்கிறாய்?”

“எழுத்தர் பணிக்காக” சொல்லிக்கொண்டே ஈரமான மேலாடையைக் கழட்டிவிட்டு, க்ளைவ் ஏற்கெனவே கப்பலில் கண்டெடுத்து வைத்திருந்த உலர்ந்த ஆடையை மாட்டிக் கொண்டார்.

“ஏதேனும் பொருள்கள் இருந்தால் எடுத்துக் கொண்டு கிளம்பு. அடுத்து வரும் படகில் ஏற்றிவிடுகிறேன். சில வாரங்கள் இங்கே தங்கியிருக்க வேண்டும். நம்முடைய கப்பல், பயணம் செய்யத் தயாரானதும் இங்கிருந்து கிளம்பி விடலாம்.”

“நம்முடன் பாதுகாப்புக்காக வந்ததே ஒரு கப்பல், அது புயலில் சிக்கி பாறை மீது மோதி உடைந்ததைப் பார்த்தேன். அவர்களில் யாரும் பிழைத்திருக்க மாட்டார்களா?” தன் சந்தேகத்தைக் கேள்வியாக எழுப்பினார் க்ளைவ். முந்தைய நாள் இரவு, க்ளைவின் மனத்தில் காட்சிகளாக வந்து போனது. பெருமழையின் காட்சி. சுழன்றடித்த புயல் காற்றின் காட்சி. கப்பலைக் கையில் ஏந்திய கடல் அலைகள் பந்து போல வீசி விளையாடிய காட்சி.

“பிழைப்பது அபூர்வம். அதிர்ஷ்டம் இருந்தால் உடைந்த கப்பலின் மரத்துண்டுகளைப் பிடித்துக் கொண்டு ஒரு சிலர் கரையேறுவார்கள். கடல் பயணம் என்றால் சும்மாவா? புயல் மழைக்குத் தப்பிப் பிழைத்தாலும் கடலின் ஆட்டமே சிலருக்கு உடல்நிலையை குலைத்துவிடும். வாந்தி வயிற்றுப் போக்கால் இறந்தவர்கள் பலர். எங்காவது சரக்கேற்ற துறைமுகத்தில் நிறுத்தும் இடத்தில் காய்ச்சலைத் தொற்றிக் கொண்டால் அது கப்பலில் உள்ள அனைவருக்கும் பரவி பலர் கொத்துக் கொத்தாக உயிரிழப்பார்கள்.”

"நம் கப்பலில் சிலர் சோர்வாக இருந்தார்கள். என்னுடன் தங்கியிருந்த ஒருவனுக்கு கைகால் முட்டிகளில் வலியும் பல் ஈறுகளில் இரத்தக்கசிவும் இருந்தது. அவனுக்கு எப்போதோ அடிபட்டு ஆறிப்போன புண்ணில் இருந்துகூட ரத்தம் கசிந்து கொண்டிருந்தது. அவனைக் காணவில்லை. எங்காவது சென்றுவிட்டானா அல்லது இறந்துவிட்டானா என்று தெரியாது."

"அது ஒரு வகை சத்துக் குறைபாட்டு நோய். ஒரு மாதத்தைக் கடந்து கப்பலில் பயணம் செய்தாலே சிலருக்கு இந்நோய் வரும். சிலர் உடல்வாகைப் பொறுத்துச் சில மாதங்கள் கழித்தும் இந்நோய் தாக்குவதுண்டு. நிறைய நாள் காய்கறி, பழம் எல்லாம் சாப்பிடாமல் இருப்பதால் இப்படி ஆகிறது என்று ஒரு மாலுமி சொன்னார். புளிப்பான பழங்கள் சாப்பிட்டால் இதிலிருந்து தப்பிக்கலாம் என்றும் சொன்னார். அது எவ்வளவு உண்மை என்று தெரியாது. நான் எப்போது கப்பலில் கிளம்பினாலும் எதற்கும் இருக்கட்டும் என்று ஆரஞ்சு, எலுமிச்சை பழங்களை எடுத்துக் கொண்டுதான் கிளம்புகிறேன்."

கேப்டனுக்குக் கிடைத்த ஆலோசனை உண்மை. ஸ்கர்வி நோய் விட்டமின் சி சத்துக் குறைபாட்டால் உண்டாவது. அந்தக் காலத்தில் விட்டமின்கள் பற்றிய அறிவெல்லாம் கிடையாது. எலுமிச்சைச் சாறு கொடுத்தால் ஸ்கர்வி நோய் குணமாகும் என்பதை சில மாலுமிகள் அறிந்து வைத்திருந்தார்கள். போர்ச்சுகீசியர்கள் வழக்கமாகத் தங்கள் கப்பல்களை நிறுத்தும் கடற்கரைகளின் அருகில் ஆரஞ்சு மரங்களை நட்டு வைத்திருந்தார்கள். நோய் பற்றியும் தீர்வு பற்றியும் அப்போது எழுதிய குறிப்புகள் தற்போது கண்டெடுக்கப்பட்டுள்ளன. எனினும் தகவல் தொடர்பு சிறப்பாக இல்லாத அந்தக் காலத்தில் இத்தகவல் கடலில் பயணித்த அனைவருக்கும் தெரிந்திருக்கவில்லை. பதினெட்டாம் நூற்றாண்டு வரையிலும் கூட இந்நோயால் உயிரிழப்புகள் இருந்தன.

க்ளைவிடம் இருந்து அடுத்த கேள்வி உடனே வரவில்லை. கடல் பயணத்தில் உள்ள ஆபத்துகள் பற்றி தன் குடும்பத்துக்கு விவரம் தெரிந்திருக்குமோ என்று யோசனையில் இருந்தாரோ என்னவோ. அவரை ஏற்றிச் செல்ல படகு வந்து சேர்ந்தது.

கடல் பயணங்களில்

க்ளைவை ஏற்றிக் கொண்டு போர்ட்ஸ்மவுத்தில் இருந்து கிளம்பியதும் எப்போதும் போலத்தான் கப்பலைச் செலுத்தினார் கேப்டன். தென் அமெரிக்காவை நோக்கித்தான் முதலில் காற்று கப்பலைச் செலுத்தும். ஈஸ்ட் ட்ரேட் விண்ட் வரும் நேரத்தில் கப்பலைத் திருப்பி தென்னாப்ரிக்காவின் நன்னம்பிக்கை முனையை அடைந்துவிடலாம். அதன் பிறகு கிழக்கு நாடுகளுக்குச் செல்வது கொஞ்சம் எளிது. கப்பலைத் திருப்பும் முன்பு ஏற்பட்ட புயலால் க்ளைவ் வந்த வின்செஸ்டர் கப்பலில் சேதம் உண்டானது. நங்கூரமிட்டு பிரேசிலில் சில காலம் தங்கும்படியானது.

பல ஆயிரம் மைல்கள் தாண்டி ஐரோப்பிய நாடுகளை வந்தடைந்த மசாலாப் பொருள்களின் வாசனை மட்டும் இந்த ஆபத்தான பயணங்களுக்குக் காரணமில்லை. கிழக்கு நாடுகளில் இன்னும் பல மதிப்பு மிக்க பொருள்களும் இருந்தன. பருத்தி, பட்டாடைகள், கலைநயம் மிக்க கை வேலைப்பாடுகள், வெடி உப்புகள், மிளகு என்று இந்தியா, சீனா, இந்தோனேசியா உள்ளிட்ட கிழக்கு நாடுகளின் பொருள்களின் புகழ்வீச்சு ஐரோப்பா முழுக்கப் பரவியிருந்தது. இந்தோனேசியாவை ஸ்பைஸ் தீவு என்ற பெயரில்தான் குறிப்பிட்டார்கள்.

இவற்றை வாங்க ஐரோப்பிய மக்கள் போட்டி போட்டனர். ஆயிரம் மடங்கு அதிக விலை வைத்தாலும் விற்பனை வெகுஜோராக நடந்தது. வண்ணம் தீட்டுதல், ப்ளாக் பிரிண்ட் (block print) போன்ற கை வேலைப்பாடுகள் கொண்ட ஆடைகளை உருவாக்குவதில் கிழக்கு நாடுகள் சிறந்து விளங்கின. பூத்தையலும் கலம்காரியும் பிரபலமாக இருந்தன. இவையெல்லாம் மேற்கு நாடுகளின் அத்தியாவசியத் தேவை என்று சொல்ல முடியாது. உள்ளூரில் கிடைக்காத சிறப்பான பொருள். கடல் கடந்து தூரதேசத்தில் இருந்து வந்தது. இதை வாங்கும் அளவுக்கு என்னிடம் செல்வம் இருக்கிறது. இப்படி எல்லாம் பெருமைப்பட்டுக் கொள்ளத்தான் கிழக்கு நாடுகளின் பொருள்கள் பெருமளவில் வாங்கப்பட்டன.

ஐரோப்பியாவிலிருந்து முதலில் இந்தியாவுக்கு வந்தவர்கள் போர்ச்சுகீசியர்கள். இடைப்பட்ட தூரமோ பல்லாயிரம் மைல்கள். நிலத்தின் வழியாகக்கூட ஐரோப்பியாவில் இருந்து இந்தியாவையும் ஆசிய நாடுகளையும் அடையலாம். கான்ஸ்டண்டினோபில் என்ற பகுதியை துருக்கியர்கள் கைப்பற்றிய பிறகு அந்தப் பாதையைப் பயன்படுத்த முடியாமல் போனது. எனவே கடல் வழியாக ஆசிய நாடுகளை அடைய முயன்றார்கள். அந்தக் காலத்தில் இருந்த அரசர்கள் சாகசப் பயணம் சென்று புதுப்புது நாடுகளைக் கண்டுபிடித்து வர்த்தகத்தைப் பெருக்குவதில் ஆர்வம் காட்டினார்கள். கடல் பயணம் போகிறேன் என்று யார் கிளம்பினாலும் “செலவுக்கு வைத்துக்கொள்” என்று அள்ளிக் கொடுத்து வழியனுப்பினார்கள்.

தென்னாப்ரிக்காவின் தெற்குக் கடற்கரையில் இருக்கும் நிலப்பகுதியில் புயலால் கரைசேர்ந்த போர்ச்சுகீசிய மாலுமி ஒருவர் அதற்குப் புயல் முனை என்று பெயர் வைத்தார். அதுவரை தெற்கு நோக்கிச் செல்லும் கப்பல்கள் அந்த இடத்துக்குப் பிறகுதான் கிழக்கு நோக்கிச் செல்ல ஆரம்பிக்கும். இந்த முனையை அடைந்துவிட்டால் இனிமேல் நிச்சயமாகக் கிழக்கு நாடுகளை அடைந்துவிடலாம் என்று நம்பிக்கை கொடுக்கும் முனையாக இருந்ததால் பிறகு நன்னம்பிக்கை முனை என்ற பெயரால் அழைக்கப்பட்டது இந்த இடம். இதன் அருகில் இருக்கும் மொசாம்பி நகரில் தான் சந்தித்த இந்திய மாலுமி ஒருவரின் துணையுடன் வாஸ்கோடகாமா இந்தியாவின்

கோழிக்கோட்டுக்கு வந்தார். அவர்தான் இந்தியாவுக்கு முதலில் *(1498)* வந்தவர். அதிலிருந்து போர்ச்சுகீசியர்கள் கடல் வழியில் ஆதிக்கம் செலுத்தினார்கள். வழியை மற்றவர்களுடன் பகிர்ந்து கொள்ளவில்லை.

ஆங்கிலேயர்களும் இதற்கு மாற்றாக ஒரு கடல் வழியைக் கண்டுபிடிக்க முனைந்தனர். வடகிழக்குப் பகுதியில் அதிகப் பணம் செலவிடப்பட்டு நடந்த இந்த ஆய்வு, தோல்வியில் முடிந்தது. அனைத்தையும் ஆவணப்படுத்துவதில் அக்கறை காட்டும் ஆங்கிலேயர்கள், கடல் வழிப் பயணம் கண்டுபிடித்ததில் தோல்வி அடைந்த கதை என்று இதையும் நூல்களாகப் பதிவு செய்தார்கள். அப்போது உதவிக்கு வந்தவர்தான் பிரான்சிஸ் ட்ரேக். கடல்வழிப் பாதைக்கான சண்டைகளில் ஆங்கிலேயர்களுக்கு வெற்றியின் வழியைக் காட்டியவர். கப்பல்களைத் தாக்கி அழித்துக் கொள்ளையடித்து கடல்வழிப்பாதை வரைபடங்களைக் கைப்பற்றுவதுதான் அந்த வழி. பல கப்பல்களைத் தாக்கிப் பொருள்களை எடுத்துக்கொண்டார். பெரும்பாலும் தங்கமும் வெள்ளியும். சமயங்களில் தங்கள் குழுவால் எடுத்துவர முடியாத அளவுக்கு மேல் இருக்கும் செல்வத்தைப் புதைத்தும் வைத்தார்.

தொடர் கடற்பயணங்களாலும் போர்களாலும் உடல் நலிவுற்று மாண்டுபோன அவரது உடலும்கூட நாடு வந்து சேரவில்லை. ஜலசமாதிதான். ஆய்வாளர்களும் புதையல் வேட்டையாளர்களும் அவர் உடலையும் செல்வத்தையும் இன்றுவரை தேடிக்கொண்டே இருக்கிறார்கள். பதினாறாம் நூற்றாண்டில் பிரபலமாக இருந்த இவரை, ட்ராகன் என்றும் கொள்ளைக்காரர் என்றும் அழைத்தார்கள் ஸ்பானிஷ் வணிகர்கள். செல்வம், பதவி என்று இங்கிலாந்தில் என்ன செல்வாக்கு இருந்தாலும் அரசின் சார்பாக இவர் செயல்படவில்லை. கொலை, கொள்ளைகளை இறையாண்மை உள்ள அரசு நேரடியாக அனுமதிக்க முடியாதே. தனி நபரின் செயலாகத்தான் இந்தத் தாக்குதல்களும் கொள்ளைகளும் நடத்தப்பட்டன.

பலர் இவருக்கு நிதி உதவி அளித்து ஊக்குவித்தார்கள். அந்தப் பட்டியலில் இங்கிலாந்து அரசியின் பெயரும் உண்டு.

கொள்ளைகளில் கிடைத்த வரைபடங்களைக் கொண்டு ஆங்கிலேயர்கள் கிழக்குக் கடல் வணிகத்தில் இறங்கினர். க்ளைவ் காலத்துக்குப் பிறகு இன்னும் நூறு ஆண்டுகள் கழித்தே சூயஸ் கால்வாய் வெட்டப்பட்டது அல்லது கட்டப்பட்டது. உலகைச் சுற்றிக்கொண்டு போகாமல் பயண நேரம் மிச்சமானது. பதினாறாம் நூற்றாண்டு முதல் பதினெட்டாம் நூற்றாண்டுவரை இந்தப் பயணங்களில் தோராயமாக இருபது லட்சம் பேர் இறந்து போனார்கள்.

க்ளைவ் வந்த வின்செஸ்டர், ஃபோர்த் க்ரேட் போர்க்கப்பல். சுற்றிலும் ஐம்பது துப்பாக்கிகள் பொருத்தப்பட்ட கப்பல் அது. தோராயமாக 160 பேர் பயணிக்கலாம். கப்பலில் ஏற்பட்ட சேதத்தைச் சீர் செய்ய பிரேசிலில் தங்கியிருந்த காலத்தில் போர்ச்சுகீசிய மொழியைக் கொஞ்சம் பேசக் கற்றுக்கொண்டார் க்ளைவ். அவருடைய தந்தை 54 பவுண்டுகள் பணம் கொடுத்து அனுப்பியிருந்தார். கப்பல் பயணம் முடிந்து இந்தியாவில் எழுத்தர் வேலையில் சேர்ந்து சம்பளம் வாங்கும் வரை கணக்கிட்டு ஆறு மாதங்களுக்குத் தேவைப்படும் பணம் என்று அதைக் கொடுத்தார். ப்ரேசில் கடற்கரையிலேயே ஒன்பது மாதங்கள் தாமதம் ஆகிவிட்டது. பணம் எல்லாம் செலவாகி கடன் வாங்கிச் சமாளிக்கும் நிலையில் இருந்தார் க்ளைவ். மதராஸ் வெயிலுக்கு முன்னோட்டம் போல இருந்தது ப்ரேசில் வானிலை.

கிளம்பிய தினத்தில் இருந்து பதினைந்து மாதங்கள் கழித்து மதராஸ் வந்து சேர்ந்தார். கொண்டு வந்திருந்த அறிமுகக் கடிதத்தைக் கொடுக்க வேண்டிய நபர் இந்தத் தாமதக் காலத்தில் கப்பலேறி இங்கிலாந்துக்கே சென்றுவிட்டார். க்ளைவின் உடைமைகள் பலவும் கடலோடு போய்விட்டன. கையில் பணம் இல்லை. தெரியாத நகரம். புரியாத மொழி. அறிமுகம் இல்லாதவர்களிடம் பேசத் தயங்கும் குணம். தொடங்கும் முன்பே தோற்றுப் போனதைப் போல உணர்ந்தார் க்ளைவ். புனித ஜார்ஜ் கோட்டையின் உள்ளே 148 அடி உயரக் கொடிமரத்தில் இருந்த இங்கிலாந்து கொடி அவருக்கு ஆறுதல் சொல்வது போல அசைந்து வரவேற்றது.

புனித ஜார்ஜ் கோட்டையிலே

வின்செஸ்டர் கப்பல் சோழமண்டலக் கடற்கரைக்கு வந்தபோது தூரத்தில் தெரிந்த கொடிமரமும் கொடியும்தான் க்ளைவ் கண்ணில் முதலில் பட்டது. கடலில் உடைந்து சிதறிய ஒரு கப்பலில் இருந்த தேக்குக் கட்டையை கொடிமரமாக்கி ஆளுநர் எலிஹூ யேல் இங்கிலாந்து அரசரின் கொடியை ஏற்றிய வருடம் 1688. கொடிமரம் இருந்த இடம் மாறியது. ஆளுநர்கள் மாறினார்கள். அரசும் கொடியும்கூட மாறியது. 306 ஆண்டுகள் அந்தக் கொடிமரம் இதற்கெல்லாம் சாட்சியாக இருந்தது. 1994-ஆம் ஆண்டு அகற்றப்பட்டு தற்போது தமிழ்நாடு தலைமைச் செயலகத்தில் அதன் அளவையொத்த எஃகு கொடிமரம் நின்று கொண்டிருக்கிறது.

க்ளைவ் காலத்து நகரத்தைத் துல்லியமாக அறிய முடியாது. ஓரளவு நெருக்கமாகப் புரிந்து கொள்ள உதவுவது ஆளுநர் தாமஸ் பிட் உருவாக்கிய வரைபடம். இதை வரைய ஆணையிட்டுப் பல ஆண்டுகள் கழித்து 1726-ஆம் ஆண்டுதான் இப்பணி முடிந்தது. ஜான் அப்பர்லேவின் வரைபடம் 1749-ஆம் ஆண்டு வரையப்பட்டது. ஜே.எம்.ரீட் எழுதிய 'ஜார்ஜ் கோட்டையின் கதை' நூலில் 1653, 1673, 1710, 1746, 1758, 1781, 1862, 1939 ஆண்டுகளில் கோட்டையின் தோற்றம் பற்றிய வரைபடங்கள் உள்ளன. இந்தப் படங்களே தற்போது

தலைமைச் செயலகத்தில் உள்ள கோட்டை அருங்காட்சியகத்தில் பார்வைக்கு வைக்கப்பட்டுள்ளன.

கடற்கரை மணற்பரப்பில் முதலில் கட்டப்பட்ட கோட்டை, சதுர வடிவில் இருந்தது. அதனுள் இருந்த கட்டடத்தில் ஆளுநர் வீடு, அலுவலகம், தங்கும் அறைகள் அனைத்தும் இருந்தன. ஆளுநர் இல்லம், சதுரக் கோட்டை, கிராண்ட் ஹவுஸ் என்ற பெயர்களில் அழைக்கப்பட்டது. தற்போது இங்குதான் தமிழ்நாடு சட்டமன்றம் செயல்படுகிறது.

நடுவில் இருந்த இந்த சதுரக் கோட்டைக்குக் கிழக்கில் கடல் இருந்தது. எனவே தெற்கிலும் வடக்கிலும் நகரம் வளர்ந்தது. தெற்கில் சார்லஸ் தெரு, சர்ச் தெரு, செயிண்ட் தாமஸ் தெரு ஆகியவை இணைத் தெருக்களாக சென்று கோட்டை முடியும் இடத்தில் செயிண்ட் தாமஸ் வாயிற்கதவு இருந்தது. அதன் இரு மூலைகளிலும் இருந்த கொத்தளங்கள் தாமஸ் பாயிண்ட், ரவுண்ட் பாயிண்ட் என்றழைக்கப்பட்டன. அந்த வாயிற்கதவு வழியாக வெளியே சென்றால் சாந்தோமே தேவாலயத்தை அடையலாம். புனித மேரி தேவாலயம், நீதி விசாரணை நடக்கும் டவுன் ஹால், கிடங்குகள், படைமுகாம்கள் தெற்குப் பகுதியில் இருந்தன.

ஆளுநர் இல்லத்தின் வடக்கிலும் தெற்கைப் போலவே மூன்று இணை தெருக்கள் இருந்தன. ஜேம்ஸ் தெரு, நடுத்தெரு, சத்திரத் தெரு ஆகியன. இப்பகுதியில் வணிக கேந்திரம், தங்கும் அறைகள், வீடுகள், போர்ச்சுகீசிய தேவாலயமான ஆண்ட்ரூஸ் தேவாலயமும் (இப்போது நாமக்கல் கவிஞர் மாளிகை இருக்கும் இடம்) இருந்தன. கருப்பர் நகர மக்களும் இங்கு வந்து வழிபட்டனர். ஆண்ட்ரூஸ் தேவாலயத்துக்கு மேற்கே தச்சுக்கூடமும், மிண்ட் எனப்படும் நாணய அச்சுக் கூடமும் இருந்தன. இன்னும் மேற்கே ஆற்றைத் தாண்டியும் கோட்டை வளர்ந்தது. மூன்று திசைகளில் வளர்ந்த கோட்டை சதுரத்தில் ஆரம்பித்து, செவ்வகமாகி முடிவில் எண்கோணத்தைப் பாதியாக வெட்டிய வடிவம் பெற்றது.

கோட்டை முதலில் நகரம் என்றும் கோட்டைக்கு வெளியே புறநகரம் என்றும் அழைக்கப்பட்டது. பின்னர் வெள்ளையர் நகரம், கருப்பர் நகரம் என்ற பெயரால் அறியப்பட்டது.

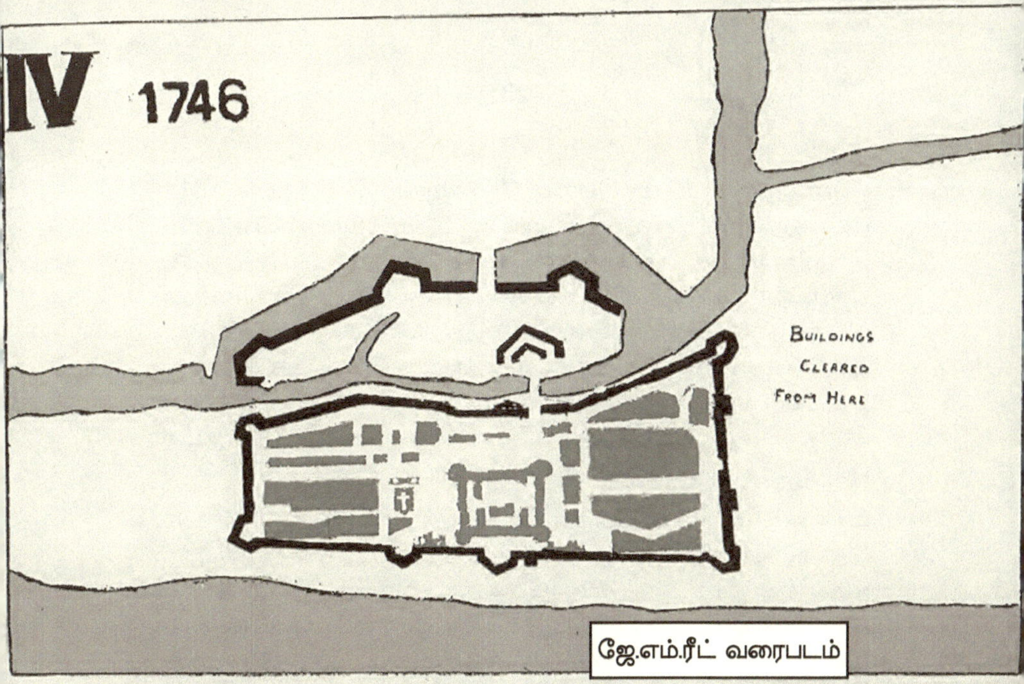

ஜே.எம்.ரீட் வரைபடம்

ஆங்கிலேயர் வாழ்ந்த பகுதி மதராஸப்பட்டினம் என்றும் அதற்கு வெளியே இருந்த பகுதிகள் சென்னைப்பட்டினம் என்றும் ஆவணங்களில் இருந்தது. கோட்டையை கிறித்துவ நகரம் என்றும், வெளியே ஹீத்தர் நகரம் என்றும் சிலர் குறிப்பிட்டுள்ளார்கள். ஆர்மேனியர்கள், போர்ச்சுகீசியர்கள் சிலரும் கோட்டையினுள் இருந்தார்கள். கோட்டையின் வடக்கு மதில் சுவரை ஒட்டியிருந்த கருப்பர் நகருக்குச் சத்திர வாயிற் கதவு வழியாகவோ நடுவாயிற் கதவு வழியாகவோ செல்லலாம். அந்த அரணில் அமைந்திருந்த கொத்தளங்கள் கதீட்ரல் பாயிண்ட், பிஃபிங் பாயிண்ட் என்றழைக்கப்பட்டன.

கோட்டைக்குள் இருப்பவர்களுக்குப் பணி செய்யும் மக்கள் கோட்டைக்கு வெளியே குடியிருந்தார்கள். பட்லர், சமையல்காரர், குடை பிடிக்கும் சிறுவர்கள், பல்லக்குத் தூக்குபவர்கள், வண்டியோட்டிகள், குதிரை பராமரிப்பவர், புல் வெட்டுபவர், நர்ஸ்கள், வேலைக்காரப் பெண்கள், குதிரை ஓட்டுபவர்கள், பெருக்குபவர்கள், தண்ணீர் நிரப்புபவர்கள், படகோட்டிகள், விளக்கு ஏற்றுபவர்கள். இப்படி இன்னும் பலரை ஏவல் பணி செய்வோர் என்ற மூன்று சொல்லுக்குள் சுருக்கிவிடுகிறோம். ஆங்கிலேயர் கல்லறையும் க்ரேட் பகோடா

என்றழைக்கப்பட்ட பெரிய கோவிலும் இருந்தது. கருப்பர் நகருக்கு வடக்கிலும் மேற்கிலும் முத்தியால்பேட்டை, பெத்தநாயக்கன் பேட்டை என நகரம் பெரிதாக வளர்ந்திருந்தது. கோட்டைக்கு வெளியே பகோடாக்களின் அதிகாரிகளான பெத்த நாயக்குகள், பள்ளிகள், சத்திரங்களின் தலையாரிகள், துணி வெளுப்பவர்கள், தங்க ஆசாரிகள், தச்சர்கள், கொல்லர்கள், பறையர், பிராமணர்கள், தேவதாசிகள் (Dancing Girls), சவரக்காரர்கள், மருத்துவர்கள், முஸ்லீம்கள் உள்ளிட்டோருடன் பல ஐரோப்பியர்களும் வசித்தார்கள்.

வணிகம் பெருகப் பெருக வெளியூர்களில் இருந்தெல்லாம் நெசவாளர்களை வரவழைத்து புதிய குடியிருப்புகள் உருவாக்கப்பட்டன. 1719-ஆம் ஆண்டு திருவொற்றியூர் அருகே ஆளுநர் காலட் உருவாக்கிய குடியிருப்பு காலடிப்பேட்டையாக இன்று மருவியிருக்கிறது. 1735-ல் கூவம் நதிக்கரை ஓரம் உருவாக்கப்பட்ட குடியிருப்பு அளவில் சிறிய தறிகளை நெய்பவர்களால் நிறைந்திருந்தது. காரணப் பெயராக இருந்த சின்ன தறிப் பேட்டை மருவி சிந்தாதிரிப்பேட்டை என்றானது.

வருமானத் தொகையை வைத்து 1639-ல் தோராயமாக 7000 மக்கள் வசித்ததாக யூகிக்கப்படுகிறது. 1680-களில் இரண்டு லட்சங்களில் இருந்த மக்கள் தொகை வாடகை வரி வசூலிப்பதை ரத்து (Quit Rent) செய்தபிறகு இரண்டு மடங்காகி நான்கு லட்சம் மக்கள் தொகையாக உயர்ந்தது என்கின்றன கிழக்கிந்தியக் கம்பெனிக் கடித ஆவணங்கள். இவை துல்லியமான எண்ணிக்கைகள் அல்ல. எழுத்துப் பிழைகளும் உண்டு. 1795-ல் கருப்பர் நகர மக்கள் தொகை 60,000 என்றுள்ளது. எச்.டி.லவ் இது 2,60,000 ஆக இருக்கலாம் எனக் குறிப்பிட்டுள்ளார். 1871-ஆம் ஆண்டு முறையாக எடுக்கப்பட்ட மக்கள் தொகைக் கணக்கெடுப்பு கிட்டத்தட்ட நான்கு லட்சம் பேர் அப்போது வசித்ததை உறுதி செய்கிறது. புயல், பஞ்சம், தொடர்ந்து நடந்த போர்களும் மக்கள் தொகையில் ஆதிக்கம் செலுத்தின. கோட்டையில் இருந்து பார்த்தால் பல்லாவரம் மலை தெரிந்தது. அங்கு செல்லும் சாலைதான் மவுண்ட் ரோட். இன்றைய அண்ணா சாலை. முறையான சாலைகளும் போக்குவரத்தும் தகவல் தொடர்புகளும் பத்தொன்பதாம் நூற்றாண்டில்தான் வந்தன.

மக்களின் வாழ்க்கை

1740-லிருந்து 1745 காலகட்டத்தில் வருகா (வடுகா/தெலுங்கு) மொழியில் எழுதப்பட்ட நூல் ஒன்றின் மூலம் அக்கால வாழ்க்கை முறையைச் சற்று அறிய முடிகிறது. ஜெர்மன் மொழிக்கும் ஆங்கிலத்துக்கும் மொழி பெயர்க்கப்பட்டது இந்நூல். மதராஸ் டயலாக் என்ற தலைப்பில் எச்.டி.லவ் நூலில் இந்த உரையாடல்கள் உள்ளன.

மதராஸுக்குப் புதிதாக வந்த சார்லஸுக்கும் சில காலமாக அங்கே இருக்கும் ஜானுக்கும் நடக்கும் உரையாடல்.

ஜான்: கருப்பர் நகரத்தில் எத்தனை வீடுகள் இருக்கின்றன?

சார்லஸ்: சார், கருப்பர் நகரத்தில் எட்டாயிரத்து எழுநூறு வீடுகள் இருக்கின்றன.

ஜான்: வெள்ளையர் நகரத்தில் எத்தனை வீடுகள் இருக்கின்றன?

சார்லஸ்: எண்பத்தைந்து வீடுகள் இருக்கின்றன.

ஜான்: கருப்பர் நகரத்தில் எத்தனைத் தெருக்கள் இருக்கின்றன?

சார்லஸ்: சந்துகளையும் சேர்த்து மொத்தம் முந்நூற்று அறுபத்து ஆறு தெருக்கள் உள்ளன.

உரையாடல் தொடர்ந்து நகரத்தை சுற்றிக்காட்டுகிறார் சார்லஸ்.

சார்லஸ்: எந்த கேட் வழியாக நாம் போகலாம்?

ஜான்: ப்ரிட்ஜ் கேட் வழியாக போகலாம்.

சார்லஸ்: ப்ரிட்ஜ் கேட் வழியாகப் போனால் முதலில் நாம் பார்ப்பது தொண்டுப் பள்ளி, அடுத்து வருவது கம்பெனித் தோட்டம். அதன் பிறகு புது பவுடர் ஹவுஸுக்கு வந்துவிடலாம்.

A Plan of FORT S^T. GEORGE
and the City of MADRAS
100 200 300 400 500
A Scale of 500 Yards
R. Elambore
Perieras Garden
Empsons Gar
The Companys Garden
A Fort
C O M
PE D D
Gardens
PART of the
ISLAND
Powder House
Channal of Padd
Queens P.t
Bridge
Caldera P.t
BLACK
Remarks in the White Town
a. Governors House b. Store House
c. Guard House d. New Hospital
e. Carpenters Yard f. The Mint
g. English Church h. Town Hall
i. Portugeze Church k. Choultry
Street l. Middle Gate Street
m. James Street n. Charles
Street o. Church Street p. S.t
Thomas Street q. The
Parade
Round P.t
Coupary
S.t Th Gate
WHI TE TOWN
Fort S.t George
k Choultry
Market
Shambles
S.t Thomas P.t
Half Moon
Sea Gate of Fort S.t George
Fishing P.t
THE ROAD

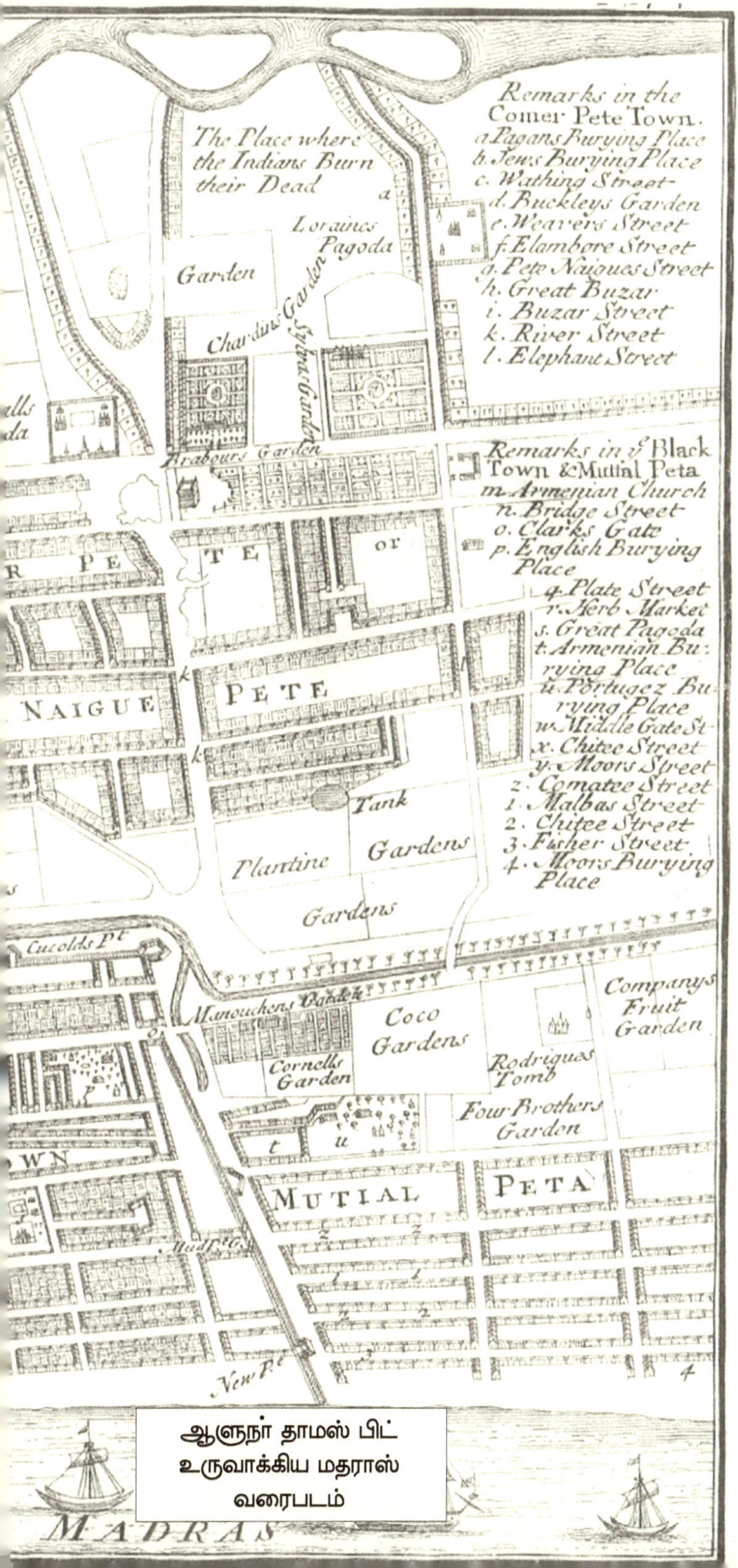

ஆளுநர் தாமஸ் பிட்
உருவாக்கிய மதராஸ்
வரைபடம்

(தொண்டுப் பள்ளி ஐலேண்ட் ப்ரிட்ஜின் முடிவில் இருந்தது. 1746-ல் இடம் மாறியது. தோட்டம் பெத்தநாயக்கன் பேட்டையில் இருந்தது. புது பவுடர் ஹவுஸ் 1738-ல் தீவின் வடமேற்குப் பகுதியில் கட்டப்பட்டது)

ஜான்: நாம் இரண்டு ஸ்டோன் பிரிட்ஜ்களைக் கடந்து வந்திருக்கிறோம். இன்னும் பாலங்கள் இருக்கின்றனவா?

சார்லஸ்: ஆமாம். இன்னும் இரண்டு பாலங்கள் உள்ளன. ஒன்று எக்மோர் கேசில் போகும் போது பார்க்கலாம். இன்னொன்று ட்ரிப்ளிகேன் செல்லும் வழியில் இருக்கிறது.

(ஐலேண்ட் பிரிட்ஜ், கார்டன் ஹவுஸ் ப்ரிட்ஜ், எக்மோர் ப்ரிட்ஜ், திருவல்லிக்கேணி பிரிட்ஜ் ஆகியவை அந்த 4 கற் பாலங்கள்)

துபாஷுடன் நடக்கும் உரையாடலில் ஒரு பல்லக்கைத் தூக்க ஆறு பையன்கள் தேவை என்பதும் அவர்களுக்கு மாதம் 5 பகோடாக்கள் ஊதியம் என்றும் இருக்கிறது. குடை பிடிக்கும் பையனுக்கு 24 ஃபணம் (fanam) ஊதியம். நான்கு பியர் பாட்டில்கள், பன்னிரெண்டு க்ளாரெட் ஒயின் பாட்டில்கள், மடேரா ஒயின் 100 பாட்டில்கள் இருப்புள்ளதாகச் சொல்லும் துபாஷ், பன்னிரண்டு மணிக்கு டின்னர் தயாராகிவிடும் என்கிறார். இரண்டு பாஷை பேசுபவர் என்ற பொருள் உள்ள உருது வார்த்தை துபாஷ் ஆகியிருக்கலாம். போர்ச்சுகீசியர்களின் மடேரா ஒயின் உணவுக்கு முன்போ உணவின் போதோ பரிமாறப்படும் வழக்கம் இருந்திருக்கிறது. குடிநீரை மாதம் ஒருமுறை காசு கொடுத்து வாங்கி சேமித்துப் பயன்படுத்தினார்கள். பல்வேறு ஆட்சியாளர்கள் ஒரே நேரத்தில் இருந்தபடியால் காசு, ஃபணம், துட்டு, பகோடா, ரூபாய் எனப் பல்வேறு வகையான பணம் புழக்கத்தில் இருந்துள்ளது.

பணிப்பெண்ணுடன் நடக்கும் இன்னொரு உரையாடலில் தன் உடைகளை துவைக்கக் கொண்டு போய் யாருக்கும் வாடகைக்குக் கொடுக்கக்கூடாது என்று கண்டிக்கிறார் முதலாளியம்மா. இல்லவே இல்லை என்று சாதிக்கும் பணிப்பெண் ஆண்களின் லினன் சட்டைகள் எப்போதாவது தெரியாமல் 'விபத்தாக' போர்ச்சுகீசிய ஆண்களிடம் கொடுக்கப்படும், உங்கள் உடைகளுக்கு ஒருபோதும் அப்படி நடக்காது என்று உறுதி கூறுகிறார். சமையல் பற்றிய உரையாடல் மூலம் காலையில் பெரும்பாலும் ப்ரெட், வெண்ணெய், சீஸ்

சாப்பிட்டிருக்கிறார்கள் எனத் தெரிகிறது. குடிப்பதற்கு காப்பி, டீயும் உண்டு. சாதாரண அரிசி அல்லது மூங்கில் அரிசி பயன்படுத்தி தயார் செய்யப்பட்ட ரைஸ் ப்ராத்தும் (rice broth) குடித்தார்கள்.

தோராயமாக பன்னிரெண்டு மணியில் இருந்து நான்கு மணிக்குள் உண்ட மதிய உணவு டின்னர் எனப்பட்டது. மாட்டிறைச்சி, வான்கோழி, புறா, நீர்க்கோழி, வாத்து, மான், முயல், ஆடு என்று இறைச்சி உணவு பிரதானம். காய்கறிகளுக்குக் கொஞ்சம் இடம் மட்டுமே. இதில் மிச்சமிருக்கும் உணவுடன் முட்டை, மீன் வறுவல் என்று கொஞ்சம் சேர்த்து இரவுணவாக உண்டனர். சப்பர் (supper) எனப்படும் இந்த இரவுணவில் கேக், ஃபுட்டிங், பால், சர்க்கரை கூட இருந்தது. காட் பிஷ், விட்டிங், ஈல், ஆய்ஸ்டர், நண்டு, க்ரே பிஷ், இறால் போன்ற கடல் உணவுகளும், டர்னிப், கேரட், கேபேஜ், வெள்ளரி, பார்ஸ்லே, வெங்காயம், ஸ்பாரகஸ், பீன்ஸ் போன்ற காய் வகைகளும், அத்தி, பேரீச்சம், எலுமிச்சை, ஆரஞ்சு, கொய்யா, வாழை, மாதுளை போன்ற பழங்களும் புழக்கத்தில் இருந்தன. சம காலத்தில் மின் தடை ஏற்படுத்தி பியரைக் குளிர்ச்சியாக வைக்க முடியாமல் செய்யும் அணில்கள் அந்தக் காலத்தில் திராட்சைக் கொத்துகளை நாசமாக்கி நம் நாட்டில் பெரிய அளவில் ஒயின் உற்பத்தி செய்ய முடியாமல் போனதற்குக் காரணமாக இருந்துள்ளன.

ரங்கப்பாவின் இறந்துபோன தந்தை ஆறுமுகத்துக்குக் கொடுத்த கடனை இல்லை என மறுக்கிறார். அதை பொய் என நிரூபிக்கும் வழக்கு உரையாடல் களிநயம் மிகுந்தது. "நான் பணம் வாங்கியதை பொய்யாக மறுத்தால் பசுவைத் துண்டு துண்டாக வெட்டி உப்புக் காரம் இன்றி நானும் என் மனைவி குழந்தைகளும் வாழ்நாள் முழுக்க உண்போம்" எனும் உறுதிமொழியை திரும்பத் திரும்பச் சொல்வதன் மூலம் மனம் உடைந்து அழுது அவர் தன் தவறை ஒப்புக்கொள்கிறார்.

சுடுகாடு வழியாகச் செல்லும் ஆங்கிலேய முதலாளி அங்கிருக்கும் சிறுவனைக் கூப்பிட்டுப் பேசும் உரையாடலில் மணலில் கையால் எழுதிக் கல்வி கற்கும் மலபாரியன் சிறுவர்களும் கற்பலகையில் எழுதும் ஜெண்டு சிறுவர்களும் இருந்ததை அறியமுடிகிறது. ஜெண்டு என்ற வார்த்தை இந்து என்ற பொருளில் பயன்பட்டுள்ளது. கிறித்தவர் அல்லாதவர்கள் படிக்கும் 95 ஹீத்தர் பள்ளிகள் இருந்துள்ளன

அந்தக் காலகட்டத்தில். இறந்து போன நபரை ஆட்டம் பாட்டம் வெடி எனக் கொண்டாட்டத்துடன் எரிக்கும் வழக்கம் ஆங்கிலேயருக்கு எவ்வளவு வியப்பளித்தது என்பதும் அந்த உரையாடலில் பதிவாகியுள்ளது. சுடுகாடு, இடுகாடு அனைத்தும் ஜாதி அடிப்படையில் தனித்தனியாக இருந்தன. ஜாதிப் பிரச்சனைகள் என்ற தலைப்பில் எச்.டி.லவ் நூலில் குறிப்புகள் உள்ளன.

பொதுவாக உள்ளூர் வழக்கங்களுக்கு மதிப்பளித்து அவர்கள் பரிந்துரைக்கும் தீர்வுகளில் இருந்து தங்களுக்கும் சாதகமான ஒன்றைத் தேர்ந்தெடுத்துள்ளார்கள். வெறுமனே வேடிக்கை பார்த்துக் குறிப்பெழுதி வைத்துள்ளார்கள். சில சமயங்களில் உள்ளூர் வழக்கங்களில் தலையிட்ட சம்பவங்களும் உள்ளன. எடுத்துக்காட்டாக ஜாப் சார்னக் (Job Charnock) சம்பந்தப்பட்ட நிகழ்வைக் கூறலாம். கிழக்கிந்தியக் கம்பெனியின் நிர்வாகியாக பதினேழாம் நூற்றாண்டின் மத்தியில் பணியாற்றிவர். திருட்டு, மோசமான நிர்வாகம், இந்தியக் கைதிகளை, பணியாட்களை மோசமாக நடத்தியது என்று பல குற்றச்சாட்டுகள் இருந்தாலும் கல்கத்தாவை நிறுவியவர் என்று வரலாற்றில் அறியப்பட்டவர். 2003 ஆம் ஆண்டு கல்கத்தா நீதிமன்றம் இதற்கு ஆதாரம் எதுவும் இல்லை, இவர் வரும் முன்பே கல்கத்தா இருந்தது என்று சொல்லி இதைத் தள்ளுபடி செய்தது. கணவர் இறந்தவுடன் மனைவியை அந்தச் சிதையில் தள்ளிக் கொல்லும் சதி வழக்கம் இருந்த காலம் அது. அப்படி ஒரு பெண் சிதையில் சாவதைத் தடுத்து மரியா என்று பெயர் வைத்து, மதம் மாற்றிக் கல்யாணம் செய்து கொண்டார். அப்பெண்ணின் மூன்று மகள்களுக்கும் தந்தையாக வாழ்ந்து மடிந்தார். அப்பெண்களுக்கு ஞானஸ்னானம் செய்து வைத்த கல் தொட்டி இப்போது சென்னை ஜார்ஜ் கோட்டையின் புனித மேரி ஆலயத்தில் இருக்கிறது. கல்கத்தாவில் அவர் கல்லறையும் இதே பிரத்யேகமான பல்லாவரம் நைஸ் (Pallavaram Gneiss) கல்லால் ஆனது. இதைக் கண்ட புவியியலாளர் இக்கற்களுக்கும் சார்னகைட் என்று அவர் பெயரை வைத்து வைத்துவிட்டார். இன்றைய தலைமைச் செயலகக் கட்டிடத்தின் முகப்பில் இருக்கும் தூண்களும் இதே சார்னகைட் கல்லால் ஆனவையே.

வெயிலோடு விளையாடி

இன்று தமிழ்நாடு சட்டமன்றத்தின் முகப்பில் இருக்கும் தூண்கள் க்ளைவ் வந்த காலத்தில் கோட்டைக்குள் வருபவர்களை வரவேற்கும் நோக்கில் வரிசையாக நிறுத்தி வைக்கப்பட்டிருந்தன. மொத்தம் 32 தூண்கள். சார்னகைட் அல்லது பல்லாவரம் நைஸ் கற்களால் ஆனவை. கோட்டையின் கிழக்கில் இருந்த கடல் வாயிற்கதவில் (sea gate) இருந்து ஆளுநர் இல்லம் நோக்கி வரிசையாக நின்றிருந்தன.

அப்போது சென்னையில் கலங்கரை விளக்கம் இல்லை. இரவு நேரத்தில் கரையோரம் வந்தால் இருட்டில் கப்பல் மண்ணில் சிக்கிவிடும் அபாயம் இருப்பதால் பகலில் சூரிய வெளிச்சத்தில் மட்டுமே கப்பலை மதராஸ் கடற்கரைக்குக் கொண்டுவரும் வழக்கம் இருந்தது. க்ளைவ் வந்த வின்செஸ்டர் கப்பல் மாலை 7 மணிக்கு முன்பு மதராஸ் ரோட்டுக்கு வந்துவிட்டது. 1744-ஆம் ஆண்டு மே 31 ஆம் தேதி. துறைமுகம் கிடையாது என்பதால் கரையில் இருந்து இரண்டு மைல் தொலைவில் கடலில் கப்பல்கள் நிற்கும். கரையில் இருக்கும் மீனவர்கள் தங்கள் படகுகளையும் கட்டுமரங்களையும் கப்பல் வரை கொண்டு சென்று சரக்குகளை ஏற்றி வந்து கரையில் இறக்கினார்கள். கப்பல் பயணிகளும் படகில் ஏறி வந்தார்கள். இப்போது கடல்

பின்வாங்கியிருக்கிறது. அந்தக் காலத்தில் ஜார்ஜ் கோட்டை வாசல் வரை கடல் தண்ணீர் இருந்தது. படகில் இருந்து பயணிகளை முழங்கால் அளவு தண்ணீரில் மீனவர்கள் நாற்காலி போன்ற பல்லக்கில் வைத்து தங்கள் தோளில் சுமந்து வந்து கோட்டை வாசலில் இறக்கிவிட்டார்கள். இதற்கெல்லாம் கட்டணம் உண்டு. சும்மா தூக்கிவர அரசர்களா என்ன? வணிகர்கள்தானே.

தூண்களை ஒட்டியிருந்த சந்தையை வேடிக்கை பார்த்துக் கொண்டே க்ளைவ் தன்னுடைய தங்கும் அறைக்கு வந்து சேர்ந்தார். சென்னையின் கோடைக்காலத்தில் வந்திறங்கிய க்ளைவுக்கு இந்த நகரத்தின் மீது வெறுப்பு உண்டானதில் வியப்பு இல்லை. அவ்வப்போது உடல் நலக்குறைவும் ஏற்பட்டது. சில நாள் ஓய்வுக்குப் பிறகு ஜூன் மாதத்தில் எழுத்தர் வேலையில் சேர்ந்துவிட்டார். கருப்புக் காலுறைகள் இரண்டு, தொப்பி ஒன்று, தலையில் மாட்டும் விக் ஒன்று, வெள்ளிக் கொக்கிகள் ஒரு ஜோடி, ஆடை தைக்கப் பயன்படும் கம்பளித் துணி ஒரு துண்டு ஆகியவற்றை வேலையில் சேரும்போது வாங்கினார்.

பதினாறாம் நூற்றாண்டில் பல அலுவல் ரீதியான சீருடைகளில் தலையில் விக் அணிவதும் கட்டாயமாக்கப்பட்டிருந்தது. அறிமுகமான காலத்தில் அதிகாரத்தின் அடையாளமாக இருந்தது. பிரெஞ்சு மக்கள் புரட்சிக்குப் பின் பொதுமக்களும் விக் அணிய ஆரம்பித்தனர். என்ன பராமரித்தாலும் உணிகளும் துர்நாற்றமும் ஒரு பெரிய சிக்கலாக இருந்தது. பவுடர் போட்டு சமாளித்தவர்கள், அந்தப் பவுடருக்கு வரி கேட்கும் பவுடர் சட்டம் வந்த பிறகு விக் அணியும் பழக்கத்தைக் கைவிட்டனர்.

க்ளைவ் தங்கும் அறைக்கு வாடகை கிடையாது. உணவும் வழங்கப்பட்டது. மேலதிகத் தேவைகளை க்ளைவ்தான் சமாளித்தாக வேண்டும். கையில் பணமில்லை என்றாலும் கடன் கொடுக்க வின்செஸ்டர் கப்பல் கேப்டன் இருந்தார். கப்பல் கேப்டனா கந்துவட்டிக் கும்பல் கேப்டனா என்று வித்தியாசம் அறிய முடியாத அளவுக்கு அதிக வட்டி வசூலித்தார். அவரை விட்டால் வேறு வழி இல்லை க்ளைவுக்கு. வேலையில் சேர்ந்த ஒருசில நாளில் மீண்டும் கொஞ்சம் பொருள்களை வாங்கினார். ஸ்பூன்கள், முள் கரண்டிகள் (fork), தண்ணீர் குடிக்கவும் ஒயின்

குடிக்கவும் கோப்பைகள், படிக்கும் கண்ணாடி, அரை பாட்டில் ஹாக்ஸ்ஹெட் ஒயின் எல்லாம் வாங்கினார். ஸ்பானிஷ் ஒயின், மலகா ஒயின், பெர்சியா ஒயின் எனப் பல வகை ஒயின்கள் கிடைத்தன. இந்தியாவின் பனைமரக் கள்ளை பாம் ஒயின் என்றழைத்தார்கள். இந்தியாவில் ஒயின் தயாரிப்பதில்லை என்பதும் ஒரு பங்கு மடேரா ஒயினுக்கு மூன்று பங்கு நீர் சேர்ந்து அருந்தும் வழக்கமும் ஆங்கிலேயர்களுக்கு வியப்பளித்துள்ளது.

செப்டம்பர் மாதம்தான் க்ளைவுக்கு முதல் சம்பளம் கிடைத்தது. மூன்று மாதம் 25 நாள் வேலை செய்ததற்கு (ஜூன் ஒன்று முதல்) மூன்று பகோடாக்கள், பத்தொன்பது ஃபணம், ஐம்பத்து மூன்று காசுகள் கிடைத்தன. இங்கிலாந்து மதிப்பில் ஒரு பவுண்டுக்குச் கொஞ்சம் அதிகம். வருடச் சம்பளம் 5 பவுண்டுகள். பிரேசில் தாமதத்தைக் கணக்கில் கொள்ளவில்லை கம்பெனி. க்ளைவுக்கு ஒரு வருடம் முன்னர் பணியில் சேர்ந்த சாமுவேல், வில்லியம், ஹென்றி மற்றும் நான்கு ஜான்களுடன் சேர்த்து ஒரே ரேங்கிங் கொடுக்கப்பட்டது. காலையில் ஆரம்பிக்கும் பணி உணவு இடைவேளைக்குப் பிறகு உச்சி வெயில் வரை தொடரும். பிறகு மதியத்தில் இருந்து மாலைக்குள் டின்னர் நேரம். அதன் பிறகு கடற்கரையிலோ தோட்டத்திலோ உலா வரலாம். இப்போதுள்ளதைப் போல கட்டடங்கள் நிறைந்திருக்கவில்லை அப்போது. இதமான கடல்காற்று இருந்தாலும் வெயிலைச் சமாளிக்க அரும்பாடு பட்டார் க்ளைவ்.

எவ்வளவு மெல்லிய ஆடை அணிந்திருந்தாலும் வியர்வையில் குளிப்பதைத் தவிர்க்க இயலவில்லை. அலுவல் நேரம், ஆலயத்தில் இருக்கும் நேரம் தவிர ஆங்கிலேயர்கள் பெரும்பாலும் குறைந்த அளவு ஆடைகளையே அணிந்தார்கள். மூன்று மாடி உயரக் கட்டடம் கூட ஐந்து மாடி எனத் தோன்றும் அளவுக்கு உயரமாகக் கட்டினார்கள். இதன் மூலம் வெப்பமான காற்று கூரைப் பகுதியிலும், மனிதர்கள் நடமாடும் இடத்தில் சற்றே குளிர்ந்த காற்றும் இருக்கும். கதவு, ஜன்னல், அறைகள் அனைத்தும் விசாலமானதாகவும் பெரிதாகவும் இருந்தன. எல்லா ஜன்னல்களையும் கண்ணாடி வைத்து முழுக்க மூடி விடாமல் லூவர்ட்டு அமைப்பு பயன்படுத்தப்பட்டது. பட்டையான மரத்துண்டுகளை

சரிவாக அடுக்கிப் பொருத்தி, செங்குத்தான மரக்குச்சி அதை இணைத்திருக்கும். இந்தக் குச்சியை அசைப்பதன் மூலம் மரப்பட்டைகளின் இடைவெளியைக் கூட்டவோ குறைக்கவோ இயலும். எனவே தேவயான அளவு வெளிச்சம் மட்டும் உள்ளே வரும்படி செய்யலாம். மொத்தமாக மூடினாலும் காற்று உள்ளே வரும். ஜன்னல்களுக்கு மேலே உள்ள அவ்னிங் அமைப்பும் அதிக வெளிச்சம், வெப்பம், மழையிலிருந்து தடுக்கத்தான். வீடுகளின் முதல் தளத்தில் முகப்பை மட்டும் கொஞ்சம் நீட்டி சில தூண்களையும் கூரையையும் பொருத்தி சுவர் வைத்து மூடாமல் விடுவதன் மூலமும் அறைகளுக்கு உள்ளே காற்றின் வெப்பநிலையை வெகுவாகக் குறைத்தார்கள்.

க்ளைவ் நினைவுகளில் அவர் தாய்நாடு வந்து வந்து போனது. தன் மூன்று வயதில், டிசம்பர் மாதப் பனிபொழியும் காலை ஒன்றில் உடல்நிலை சரியில்லாமல் படுத்திருந்த தனக்காக கவலைப்பட்ட அங்கிள் பெய்லியின் நினைவும் வந்தது. வெள்ளிக்கிழமை மாலைதான் உடல்நிலை முன்னேறியிருக்கிறது என்று க்ளைவின் தந்தைக்கு கடிதம் எழுதி இருந்தார். மறுநாளே காய்ச்சல் மோசமாகும் என்பதை எதிர்பார்க்கவில்லை. கடிதம் எழுதிய ராசி நன்றாக இல்லையோ என்று நினைத்துக் கொண்டே அசையாமல் படுத்துக் கிடக்கும் க்ளைவின் மூக்கில் மூச்சு வருகிறாதா என விரலை வைத்து சோதித்துக் கொண்டிருந்தார். க்ளைவ் எழுந்து பேசி நன்றாக சாப்பிட்ட பிறகுதான் அவருக்கு நிம்மதியானது. தான் நல்லபடியாக மதராஸ் வந்து சேர்ந்ததை அவருக்குக் கடிதம் எழுதித் தெரிவிக்க வேண்டும் என நினைத்துக் கொண்டார் க்ளைவ்.

ராபர்ட் க்ளைவின் தந்தை ரிச்சர்ட்டுக்கும் தாய் ரெபெக்கா கேஸ்கல்லுக்கும் பிறந்தது 13 குழந்தைகள். பிழைத்தது 7. ஐந்து பெண். இரண்டு ஆண். ராபர்ட் க்ளைவ் மூத்தவர். 29 செப்டம்பர் 1723-ல் பிறந்தார். ஷ்ரோப்ஷையரில் மார்க்கெட் ட்ரைய்டன் நகரின் அருகில் உள்ள க்ளைவ் வீட்டின் பெயர் ஸ்டைச்சி ஹால் எஸ்டேட். முன்னோர்கள் சொத்து. வழக்கறிஞர் தொழில் பார்த்த க்ளைவின் அப்பா சாதாரண வாழ்க்கை வாழ்ந்தவர். கோபக்காரரர் என்று பெயரெடுத்தவர். க்ளைவ்வின் சித்தியின் கணவர்தான் டேனியல் பெய்லி. ஆறு

வருடங்கள் க்ளைவ், பெய்லியின் வீட்டில் வளர்ந்தார். சுவர் ஏறிக் குதித்து வெளியில் விளையாடப் போய்த் தொல்லை கொடுக்கும் பிள்ளையாக இருந்தாலும் 'பாப்' மீது இந்தத் தம்பதியினர் அன்பைப் பொழிந்தனர்.

1744, டிசம்பர் *10* ஆம் தேதி அங்கிள் பெய்லிக்குக் கடிதம் எழுதினார் க்ளைவ். தந்தைக்கும் கடிதம் எழதினார். தந்தை கடிதத்தைப் பாதுகாத்து வைக்காததால் பாதிக் கடிதம்தான் இருக்கிறது. தேதி தெரியவில்லை. தந்தைக்கு எழுதிய கடிதத்தில், நன்னம்பிக்கை முனை முதல் தண்ணீரில் தவறவிட்ட வெள்ளிக் கொக்கிகள் வரை அனைத்தையும் பதிவு செய்திருந்தார் க்ளைவ். 'விவேகமான, உழைக்கும் மக்கள்' என்று மதராஸ் மக்களுக்கு புகழாரமும் சூட்டினார். தன் முன்னேற்றத்துக்குத் தேவையான அனைத்தையும் தந்தை செய்வார் என்று தன் நம்பிக்கையை வெளிப்படுத்தியதோடு கஸின் பாபிக்கு வேலை காலி இடம் குறித்த சிபாரிசும் அதில் இருந்தது. கஸினுக்கு எழுதிய கடிதமும் முழுதாக இருக்கிறது. இந்த கடிதங்களில் க்ளைவ் தன் நாட்டையும் சுற்றத்தையும் பிரிந்துழல்வதை அறிய முடிகிறது. தாய்நாடு பற்றிய காட்சி வர்ணனைகள் இருக்கின்றன. "இங்கு வந்ததில் இருந்து ஒருநாள்கூட நான் மகிழ்ச்சியாக இல்லை. ஒரு குடும்பத்தைக்கூடச் சந்தித்து அறிமுகப்படுத்திக் கொள்ளவில்லை. கடிதம் எழுதும் பொழுது மட்டுமே நான் மகிழ்ச்சியாக இருக்கிறேன்" என்று எழுதியிருக்கிறார்.

போர் வருகிறது

“பிரேசிலில் தங்கியிருந்தபோது போர்ச்சுகீசு கற்றுக் கொண்டது போல இங்கே உள்ளூர் மொழியைக் கற்றுக் கொண்டாயா?” புனித மேரி ஆலயத்தை நோக்கி நடந்து கொண்டிருந்த க்ளைவுடன் இணைந்து கொண்ட சக எழுத்தர் ஜான் வால்ஷ் க்ளைவிடம் கேட்ட கேள்விக்கு இல்லை எனத் தலையசைத்தார் க்ளைவ்.

“பல உள்ளூர் மொழிகள் இருக்கின்றவே, எதைக் கற்றுக் கொள்வது என்று யோசிக்கிறேன்”

“தமிழ், தெலுங்குடன் முகலாய பாஷை உருதும் பேசுகிறார்கள். கன்னடம், மலையாளம் பேசுபவர்கள்கூட இருக்கிறார்கள். வணிகம் செய்ய வரும் ஐரோப்பியர்களின் போர்ச்சுகீசு, ஆங்கிலம் உட்பட மேலும் சில மொழிகளும் இவர்களுக்குக் கொஞ்சம் புரியும். இருமொழி பேசும் துபாஷிகளும் உண்டு. மொழிமாற்ற ஆள் இருக்கும்போது எதற்கு கற்றுக் கொள்ள வேண்டும்? நான் வந்து ஒரு வருடம் ஆகிவிட்டது. மொழியினால் சிரமம் இருப்பதாகத் தோன்றவில்லை” என ஜான் சொல்லிக் கொண்டிருக்கும் போது இசை ஒலி காற்றில் வந்தது.

“ஆளுநர் தேவாலயத்துக்கு வந்துவிட்டார் போலிருக்கிறது. ஆர்கன் இசை கேட்கிறது” என்று கூறிய க்ளைவ் இந்திய மொழிகள் எதையும் கடைசி வரை கற்றுக் கொள்ளவே

இல்லை. எழுத்தர் பணியில் இருந்து வர்த்தகராக மாற ஐந்து வருடங்கள் காத்திருக்க வேண்டும். அவ்வளவு பொறுமை இல்லை க்ளைவுக்கு. மதராஸில் கப்பல்கள் குறைவான அளவில் வருகை புரிவதால் முன்னேறுவதற்கு வாய்ப்புகள் குறைவு என்றும் தன்னை பெங்காலுக்கு ட்ரான்ஸ்பர் செய்ய உதவுமாறும் தந்தைக்கு எழுதிய கடிதத்தில் க்ளைவ் குறிப்பிட்டுள்ளார். தந்தை தன்னுடைய செல்வாக்கைப் பயன்படுத்தி ரேங்கிங்கை எப்படியாவது உயர்ந்த முடியுமானால் தன்னால் விரைவாக வணிகம் செய்ய இயலும் என்றும் தெரிவித்துள்ளார். இந்த யோசனைகள் எல்லாம் இரண்டு மூன்று வருடங்கள் காத்திருந்து வெறுத்துப் போய் எழுதியதல்ல. மதராஸ் வந்து சேர்ந்த சில மாதங்களில் தோன்றியவை.

க்ளைவுக்குப் பதிலளித்த ஜான், "ஆளுநர் சென்று இருக்கையில் அமரும் வரை ஆர்கன் இசை ஒலிக்கும். நாமெல்லாம் குடி, சீட்டாட்டம் என்று கெட்டுப்போகாமல் ஒழுக்கம் காக்கக் கட்டிய தேவாலயம் இது. ஜார்ஜ் கோட்டை கட்டிய பிறகும் 25 ஆண்டுகள் தேவாலயம் இல்லாமல் இருந்தது. சர் எட்வர்ட் வின்டர் கட்டிய முதல் ஆங்கிலிகன் தேவாலயம் சிறியது. வசதியாக இல்லை. 1680-ல் கட்டி முடிக்கப்பட்ட தேவாலயம்தான் இப்போது இருப்பது" என்றார்.

"கோட்டைக்குள் வாழ்ந்த 38 பேர் ஒன்று சேர்ந்து 850 பகோடாக்கள் (400 பவுண்ட்கள்) பணம் போட்டுக் கட்டியது என்று தேவாலயத்தின் சாப்ளின் சொன்னார். வேலை தொடங்கிய நாளை முன்னிட்டு புனித மேரியின் பெயரால் தேவாலயம் அழைக்கப்படுகிறது என்றும் கூறினார்."

"நாம் பணி செய்யும் ஆளுநர் இல்லத்தின் தரைப்பகுதி மட்டுமே பாதுகாப்பானது. மேல் தளங்கள் பீரங்கித் தாக்குதலுக்குத் தாங்காது. இந்தத் தேவாலயம் பெரிய பீரங்கித் தாக்குதலையும் சமாளிக்கும் வகையில் கல்லாலேயே கட்டப்பட்டது"

"மிகத் தடிமனான சுவர்கள் என்று பார்த்தாலே தெரிகிறது"

"நான்கடி தடிமனுடைய சுவர்கள். 80 அடி நீளம் 50 அடி அகலத்தில் கட்டத் தீர்மானித்து கட்டி முடித்து அளந்தபோது ஆறு அடி அளவு கூடி இருந்தது"

“பிரான்சு நம் நாட்டின் மீது போர் தொடுப்பதென அதிகாரப்பூர்வமாக அறிவித்துவிட்டது என்று கேள்விப்பட்டேன். இங்கும் போர் முன்னெச்சரிக்கை நடவடிக்கைகள் ஆரம்பித்துவிட்டன. நீ சொல்வது போல இந்த தேவாலயம் பாதுகாப்பானதுதான். ஆனால் சில நூறு பேர்களுக்கு வேண்டுமானால் உதவலாம். கோட்டையில் இருக்கும் அனைவருக்கும் இது போதாது”

“கோட்டையைப் பலப்படுத்த ஆய்வுகளை மேற்கொள்கிறார்கள். இப்போதிருக்கும் நிலையில் தாக்குதல் நடந்தால் நிச்சயம் நாம் தோல்வியடைவோம். சேதமும் அதிகம் இருக்கும். எழுத்தர்களான நமக்கெதற்கு அந்தக் கவலை? நம் வேலையைப் பார்ப்போம். ஆளுநரும் வீரர்களும் அதைப் பார்த்துக் கொள்வார்கள்” பேசிக்கொண்டே இருவரும் தேவாலயத்தை அடைந்து வழிபாட்டில் கலந்துகொண்டனர்.

ஐரோப்பிய நாடுகள் ஒப்பீட்டளவில் இந்தியாவைவிட அதிகப் போர்களில் ஈடுபட்டன. அவர்கள் துருப்புகள் இருக்கும் கிழக்கு நாடுகளிலும் கடலிலும் அவ்வப்போது சண்டைகளில் ஈடுபடுவதும் வழக்கம்தான். க்ளைவ் வந்தபோது நடந்த போருக்கான காரணம் ஐரோப்பிய நாடுகளில் நடந்துகொண்டிருந்த ஆஸ்திரிய வாரிசுரிமைப் போர். இதன் தாக்கம் ஐரோப்பிய வீரர்கள் இருந்த நாடுகளில் எல்லாம் எதிரொலித்தது. **1740**-ல் தொடங்கி **1748** வரை எட்டு ஆண்டுகள் நடந்த சண்டை சச்சரவுகள், போர்களை ஆஸ்திரிய வாரிசுரிமைப் போர் என்று குறிப்பிடுகிறோம். மூன்று நாடுகளைத் தவிர மற்றெல்லா ஐரோப்பிய நாடுகளும் தங்களுக்குள் சண்டையிட்டுக் கொண்டன.

இதன் ஆரம்பப்புள்ளி ஆறாம் சார்லஸ் மன்னரின் இறப்புதான். இவர் ரோம் அரசராகவும் இருந்தார். இவருக்கு மகன் இல்லை. இவருடைய அண்ணன் முதலாம் ஜோசப்புக்கு மகன் பிறக்காமல் போனதால்தான் இவரே அரசர் ஆனார். அண்ணனுக்கும் தம்பிக்கும் இடையே ஓர் ஒப்பந்தம் இருந்தது. சார்லஸுக்கும் மகன் பிறக்காமல் போனால் ஜோசப்பின் மகள் மரிய ஜோசபாவுக்கு அரசாள உரிமை இருக்கிறது என்பதுதான் அந்த ஒப்பந்தம். ஆயிரம் ஆண்டுகள் முந்தைய சலியச் சட்டம்

பெண்கள் அரசாள்வதை ஒப்புக் கொள்ளவில்லை. இதை எல்லாம் யோசித்து ஆறாம் சார்லஸ் தன்னுடைய ஹப்ஸ்பர்க் முடியாட்சியில் இருந்த அனைத்து நாடுகளையும் அழைத்தார்.

ஆஸ்த்ரியா, ஹங்கேரி, க்ரோஷியா, மொமினியா, மிலன், சர்டினியா, நெதர்லாந்து ஆகிய நாடுகள் அரசரின் மகள்களால் ஆளப்படலாம் என்று அறிவித்தார். (pragmatic sanction of 1713) இது நடந்த நான்கு ஆண்டுகளுக்குப் பிறகு ஆறாம் சார்லஸுக்குக் குழந்தை பிறந்தது. அதுவும் பெண்ணாகப் போயிற்று. பெயர் மரிய தெரசா. சார்லஸ் இறந்த பிறகு ஒப்பந்த அறிவிப்பின் படி மரிய தெரசா அரசியானார். என்றாலும் இவர் ரோம் அரசியாக முடியாது. மதவிதிகள் அதற்கு இடம் கொடுக்காது. எனவே தன் கணவரை ரோம் அரசராக்கலாம் என்று நினைத்தார்.

எந்தக் காரணம் கிடைக்கும் என்று காத்துக் கொண்டிருந்த அண்டை நாட்டினர் மரிய தெரசாவுக்கு வாரிசு உரிமை கிடையாது என்று குரல் எழுப்பினார்கள். புருசியா நாடு செலிசியாவுக்கு உரிமை கோரிப் படையெடுத்து போரைத் தொடங்கி வைத்தது. பிரான்சும் பவேரியாவும் இவர்களுக்குத் துணை நின்றார்கள். மரிய தெரசாவின் உரிமையை ஆதரித்து ஹனாவன், டச்சு, பிரிட்டன் நாடுகள் களமிறங்கியன. பின்னர் சர்டானியா, சாக்சனி, ரஷ்யா, ஸ்வீடன், ஸ்பெயின் நாடுகளும் போரில் கலந்துகொண்டன.

ஐரோப்பாவில் எதிரெதிர் அணியில் இருந்த பிரான்சும் பிரிட்டனும் இந்தியாவில் தங்களுக்கு ஆதரவாக உள்ளூர் ராஜாவையும், நவாபையும் சேர்த்துக் கொண்டு போரில் ஈடுபட்டனர். வேடிக்கையான முரண் என்னவெனில் மரிய தெரசாவின் அரசுரிமையை ஆதரித்துக் களமாடிய பிரிட்டிஷ் பிற்காலத்தில் இந்திய அரசர்களுக்கு ஆண் வாரிசு இல்லையென்றால் அந்த அரசைத் தனக்குச் சொந்தமாக்கிக் கொண்டது. இந்துமத விதிகள் தத்தெடுத்துக் கொள்வதை அனுமதித்த போதும் வாரிசு இழப்புக் கொள்கையை (doctrine of lapse) நிறுவி நாட்டை அபகரித்தது. சத்தாரா, ஜெய்பூர், உதய்பூர், ஜான்சி, நாக்பூர் என இந்து அரசுகள் மீதான அத்துமீறலே **1857**-ல் சிப்பாய்க் கலகத்துக்கு அடித்தளமாக இருந்தது.

ஆஸ்திரிய வாரிசுரிமைப் போர் ஆரம்பித்து ஆதரவு நிலைப்பாட்டில் போரில் கலந்து கொள்ள வீரர்களை அனுப்பினாலும் சில ஆண்டுகள் கழித்தே பிரான்சு, இங்கிலாந்துக்கு எதிராக அதிகாரப்பூர்வமாக போரை அறிவித்தது. 1744-ஆம் ஆண்டு மார்ச் மாதம் செய்யப்பட்ட போர் அறிவிப்புச் செய்தி மதராஸுக்கு செப்டம்பர் மாதம் தெரியவந்தது. நவம்பர் 23-ஆம் தேதி பாண்டிச்சேரியின் பிரெஞ்சு ஆளுநர் ட்யூப்ளெக்ஸ் (Dupleix), 'நாம் இந்தப் போரில் பங்கேற்க வேண்டாம்' என்று மதராஸ் ஆளுநருக்குக் கடிதம் எழுதினார். 'நமக்குள் ஒப்பந்தம் செய்துகொள்வோம்' என்ற யோசனையை, 'தனக்கு அதற்கான அதிகாரம் இல்லை' என்று நிராகரித்தார் மதராஸ் ஆளுநர் நிக்கோலஸ் மோர்ஸ்.

தோல்விக்குத் தயாராகுதல்

அப்போது மதராஸ் ஆளுநராக இருந்த நிக்கோலஸ் மோர்ஸ், க்ளைவைப் போலவே தன்னுடைய பதினெட்டாவது வயதில் எழுத்தர் பணியில் சேர்ந்தவர். **1718**-ஆம் வருடம். பத்து வருடங்களுக்குப் பிறகு கவுன்சிலில் பதவி கிடைத்தது. மார்ல்ப்ரோக் துணை ஆளுநராகி சுமத்ராவில் இருந்தார். **1729**-ல் ஃபோர்ட் செயிண்ட் ஜார்ஜ் கவுன்சிலில் இணைந்து **1744** ஜனவரியில் ஜார்ஜ் கோட்டையின் கவர்னரானார். அவர் ஆட்சியில் மதராஸ் தாக்குதலுக்குள்ளாகி பிரெஞ்சு வசம் சென்றது. பிரெஞ்சால் கைது செய்யப்பட்டு பணயத்தொகை கொடுத்து விடுவிக்கப்பட்டார். இங்கிலாந்தில் இது குறித்து நடந்த விசாரணைக்குப் பிறகு திரும்ப இந்தியாவுக்கே வந்தார். சென்னையில் வாழ்ந்தார். **1772**-ஆம் ஆண்டு இறந்த மோர்ஸ் மேரி தேவாலயத்தின் புதுக் கல்லறையில் அடக்கம் செய்யப்பட்டுள்ளார்.

போர் பற்றிய தகவல் கிடைத்ததும், முதல் வேலையாகப் படை உதவி கேட்டு தலைமைக்குக் கடிதம் எழுதினார் மோர்ஸ். **1743**-ல் மேஜர் நைப் இறந்த பிறகு லெப்டினன்ட் பீட்டர் எக்மன் கம்பெனி ஆபிசராக பொறுப்பேற்றுக் கொண்டார். வயதானவர். குறைந்தபட்சம் அந்தப் பொறுப்பை ஏற்க ஒரு ஆளாவது இருந்தார். குண்டுவீச்சாளர் பணிக்கு

அதுவும் இல்லாமல் பணியிடம் காலியாக இருந்தது. 1744-ல் மும்பையில் இருந்து பீரங்கிப் படை ஆபிசராக ஜோசப் ஸ்மித் சென்னைக்கு வந்தார். அக்காலத்தில் என்ஜினியரிங் வேலையையும் குண்டுவீச்சாளர் வேலையையும் ஒருவரே செய்தார். ஜோசப்பின் சம்பளம் 140 ரூபாய்.

வந்த உடன் கோட்டைக்குள்ளே பார்வையிட்டுத் தாக்குதலைச் சமாளிக்க எதையெல்லாம் செய்யலாம் என்று திட்டமிட்டார். அவருக்கு இருந்தது மிகக்குறுகிய கால அவகாசம். ஆற்றுக்கு அந்தப் பக்கம் இருந்த பவுடர் ஹவுஸ் நெருக்கடியான நேரத்தில் போய்வரச் சிரமம் மிகுந்த இடத்தில் இருந்தது. எனவே அதை இடம் மாற்றலாம் என்றார். பவுடர் ஹவுஸ் என்றால் முகத்துக்குப் போடும் பவுடர் அல்ல. கன் பவுடர் (Gun Powder). துப்பாக்கி, மோர்டார், பீரங்கி எல்லாவற்றிலும் பயன்படுத்தப்படும் கன் பவுடர் தயாரிக்கும் இடம் பவுடர் ஹவுஸ் எனப்படும். தனியாருக்கு இதைத் தயாரிக்க அனுமதி இல்லை. இந்த கன் பவுடரில் பயன்படும் மூலப்பொருளில் நான்கில் ஒரு பகுதி சால்ட்பீட்டர் (saltpetre). இந்தியாவில் இந்த வெடியுப்பு கிடைத்தது. பதினைந்து சதமானம் கரி. மரத்தை எரித்தால் கரி கிடைத்துவிடும்.

ஐரோப்பியர்கள் சுற்றுச்சூழல் ஆர்வம் மிக்கவர்கள் என்பதால் காலனி நாடுகளின் காட்டை அழித்து எரித்து கரியாக்கி கப்பலில் எடுத்துச் சென்று கன் பவுடர் தயாரித்தார்கள். தங்கள் ஆளுகைக்கு உட்பட்ட ஆசிய நாடுகளில் கிளை அலுவலகம் அமைத்தும் தயாரித்தார்கள். நம்முடைய வளத்தைச் சுரண்டித் தயாரித்த வெடி குண்டுகளை நம் மீதே எறிந்தார்கள். கன் பவுடர் தயாரிப்பில் மீதம் இருக்கும் பத்து சதமானம் சல்பர். இத்தாலி, அமெரிக்காவில் இருந்து சல்பர் வந்தது. மூன்றையும் கலந்து, தயாரிக்கும்போதே வெடிக்காமல் இருக்க தண்ணீரும் சேர்த்துக் கலக்கி, அரைத்துக் காயவைத்துச் சலித்தால் கன் பவுடர் தயாராகிவிடும். பவுடர் என்ற வார்த்தையைக் கேட்டதும் கொழுக்கட்டை மாவு மாதிரி நைசாகத்தான் இருக்கும் என்று முடிவெடுக்க வேண்டாம். இட்லிப் பொடி மாதிரியோ, காராபூந்தி மாதிரியோ கூட வெவ்வேறு அளவுகளில் இருக்கும். துப்பாக்கி, பீரங்கி என

பயன்படுத்தப்படும் ஆயுதத்தைப் பொறுத்து துகள்களின் அளவு மாறும்.

வெடி பொருள்களை கோட்டைக்குள் எந்த கட்டடத்தில் வைத்தாலும் தடிமனற்ற சுவர்கள் என்பதால் பாதுகாப்பில்லை. பிரெஞ்சுப் படை குண்டு வீசினாலோ, விபத்து ஏற்பட்டாலோ கூட மொத்தமும் வெடித்துவிடும் அபாயம் இருந்தது. எனவே கோட்டையின் வடக்குப் பகுதியில் குண்டு தாக்காத அமைப்பு ஒன்றை ஏற்படுத்தலாம் என்று ஆலோசனை கூறினார் ஜோசப் ஸ்மித். மேகசினை வைத்துச் சுட இது அவசியம். போர்ச்சுகீசிய தேவாலயத்திற்கும் கோட்டையின் வடக்குச் சுவருக்கும் இடையில் இருந்த வெற்றிடம் இதற்காகத் தேர்ந்தெடுக்கப்பட்டது. 1745-ஆம் ஆண்டு டிசம்பர் மாதம் இந்தப் பணி முடிந்தது. 70க்கு 40 அடியாக இருந்த இக்கட்டடச் சுவர் பத்தடி தடிமன் இருந்தது. இருபதடி தூரத்தில் ஒரு வெளிப்புறச் சுவரும் கட்டப்பட்டது.

இதோடு இன்னும் இரண்டு வகைத் திட்டங்களையும் கவுன்சில் முன்பு வைத்தார் ஸ்மித். கோட்டையின் மேற்கில் மின்ட் பாயிண்டில் தாக்குலைத் சமாளிக்க இரண்டு ஹார்ன் ஒர்க்குகளும் பாலத்தின் முடிவில் ஒன்றும் கட்டலாம் என்றார். ஹார்ன் ஒர்க் (hornwork) என்பது சற்றே முன்புறம் தள்ளிய முகப்புடன் இருக்கும் கோட்டையின் பகுதி. அதிகச் செலவு பிடிக்கும் என்பதால் இந்தக் கொத்தளம் கட்டும் யோசனைகளைச் செயல்படுத்த இயலவில்லை. போர் தொடங்கிய போதும் அகழி அமைக்கும் பணி ஆரம்ப நிலையில்தான் இருந்தது.

குண்டு வீசித் தாக்கி அழிப்பதுதான் முதன்மையான வியூகம். நவீன வகைத் துப்பாக்கிகள் வரும்முன் மேட்ச்-லாக் துப்பாக்கிகள் பயன்பாட்டில் இருந்தன. பயன்படுத்த நிதானமும் கவனமும் தேவை. இடதுகையில் துப்பாக்கியின் குழல் பகுதியை பிடித்துக் கொண்டு கூடவே நெருப்புப் பற்ற வைத்த நீண்ட கயிறையும் வைத்திருக்க வேண்டும். இடுப்பில் தொங்கும் பையில் இருந்து வெடிபொருளை எடுத்து துப்பாக்கியின் மத்தியில் வெடிபொருளை நிரப்ப இருக்கும் பகுதியில் நிரப்பி மறக்காமல் அதை மூட வேண்டும். குழல் அடியில் இருக்கும் நீண்ட குச்சியைக் கையில் எடுத்துக் கொண்டு குழலை நிமிர்த்தி

வைத்து பஞ்சையும் துப்பாக்கித் தோட்டாவையும் போட்டு இந்தக் குச்சியை உள்ளே நுழைத்து நன்றாக அழுத்த வேண்டும். கவனக்குறைவாக குச்சியைக் கீழே வைத்தால் அடுத்த முறை பயன்படுத்தும்போது தேடும்படி ஆகிவிடும். எனவே குச்சியைத் திரும்ப குழலின் அடியில் சொருகி வைத்துவிடவேண்டும். இதெல்லாம் செய்யும்போது இடது கையில் பிடித்திருக்கும் நெருப்புக் கயிறு எந்தவிதத்திலும் வெடிபொருளின் மீது படாமல் ஜாக்கிரதையாக இருப்பது அவசியம். எல்லாம் முடிந்த பிறகு விசைக்கு அருகில் இருக்கும் நாய்த் தலையின் (dog head/serpentine/cock) முனையில் நெருப்புள்ள கயிறை பொறுத்தி, விசையை அழுத்தியதும் கயிற்றில் உள்ள நெருப்பு வெடிபொருளைப் பற்ற வைத்து தோட்டாவைத் துப்பும். வேகமாக ஓடக்கூடிய நபராக இருந்தால் அடுத்து தோட்டாவைச் சுடுவதற்குள் அரைக் கிலோமீட்டர் ஓடிவிட முடியும். வீல் லாக், ஃபின்ட் லாக் என்று பின்னர் பல ரகங்களில் நவீனத் துப்பாக்கிகள் வந்தன. வில், அம்பு, வாள், வேல், ஈட்டி, கோடாரி உள்ளிட்ட ஆயுதங்களும் பயன்பாட்டில் இருந்தன.

வெளியில் சென்று போர் புரிவதைவிட கருப்பர் நகரத்தை அழித்துவிட்டு கோட்டைக்குள் இருந்து முற்றுகையை எதிர்கொள்வது நல்ல உத்தியாக முடிவு செய்யப்பட்டது. எதிரி தாக்க வரும்போது அரண்களை நீக்குவது தவறு என்று எக்மன் கூறியது எடுபடவில்லை. கருப்பர் நகரத்தை எதிரிகள் கைப்பற்றியதும் நமக்கான தண்ணீரும் உணவும் தடைபடும். எனவே கருப்பர் நகரை அகற்றாமல் பாதுகாக்க வேண்டும் என்ற அவருடைய யோசனை நிராகரிக்கப்பட்டது. குயின் பாயிண்ட் அருகில் மேடை அமைத்துத் தாக்குதல் நடத்தலாம், எதிரி முன்னேறினால் அந்த மேடையை அழித்துவிட்டு பின்வாங்கலாம் என்று சொன்ன யோசனையும் வீண். தான் சொன்ன யோசனைகள் எதுவுமே ஏற்றுக் கொள்ளப்படவில்லை என்று பின்னர் நடந்த விசாரணையில் ஆளுநர் உட்பட அனைவர் மீதும் குற்றம் சாட்டினார் எக்மன்.

அரணும் கோட்டையும் பாதுகாப்பற்ற பரிதாபகரமான சூழலில் இருந்ததை பிரெஞ்சுக் குறிப்புகளும் சுட்டிக்காட்டுகின்றன.

அமைதியை விரும்பிய ஆளுநர்

மதராஸ் ஆளுநர் கோரிக்கையை ஏற்று உதவிக்காக படையை அனுப்பியது இங்கிலாந்து அரசு. கமாடர் கர்டிஸ் பெர்னட் தலைமையில் சிறிய கப்பற்படை ஒன்று ரகசியமாகக் கிளம்பி வந்தது. டெஃபோர்ட் 60, மெட்வே 60, பிரெஸ்டென் 50, டால்பின் 20 ஆகிய கப்பல்கள் அப்படையில் இருந்தன. எண்கள் கப்பலைச் சுற்றி பொருத்தப்பட்டுள்ள துப்பாக்கிகளின் எண்ணிக்கையைக் குறிக்கும். முதலில் சுமத்ரா தீவுகளுக்குச் சென்ற இப்படை பிரெஞ்சு வணிகக் கப்பல்களை கைப்பற்றியது. இவற்றைக் கேள்விப்பட்டதும் மோர்ஸ் தேவைப்படும் மருத்துவ சப்ளைகளுக்கு ஆர்டர் கொடுத்துவிட்டு தானியக் கிடங்கு இருந்த இடத்தைக் கப்பல் படையினருக்கான மருத்துவமனையாகத் தயார் செய்து வைத்தார். 1745-ஆம் ஆண்டு பென்னட் மதராஸுக்கு வந்தார். 22, ஜூலையில் இருந்து ஆகஸ்ட் 30 வரை மதராஸில் இருந்தார்.

இச்சமயத்தில் பாண்டிச்சேரி ஆளுநர் ட்யூப்ளெக்ஸ் கடலூர் செயிண்ட் டேவிட் கோட்டையைத் தாக்க திட்டமிட்டார். மான்சன் தலைமையில் மதராஸில் இருந்து படை புறப்பட்டுச் சென்றது. இந்த படையில் பாளையக்காரர்களில் இருந்து 200 பியூன்கள் இருந்தார்கள். குறைவான ஊதியத்துக்குப் பணிபுரியும்

கடைநிலை ஊழியர்கள் பியூன் எனப்படுவார்கள். அப்படியே நவாப் அன்வாருதீன் கானுக்கும் தகவல் அனுப்பப்பட்டது. தங்கள் ஆளுகைக்கு உட்பட்ட இடத்தில் சண்டையிடக்கூடாது என அறிவுறுத்தினார் நவாப்.

மோர்ஸ் அளித்த பதிலில் நாங்கள் முதலில் சண்டையைத் தொடங்க மாட்டோம் என்று உறுதியளித்தார். பின்னர் நவாப் நேரிடையாகக் கிளம்பி வந்து ஜார்ஜ் கோட்டையைப் பார்வையிட்டு 2000 பகோடாக்களை (pagodas - அன்றைய பணம்) பரிசாகப் பெற்றுக் கொண்டு கிளம்பினார். பிரெஞ்சுப் படையினர் கடலூர் டேவிட் கோட்டையின் மீது தாக்குதலை நடத்தினர். தகவல் தெரிந்ததும் நவாப் தன் படைகளை அனுப்பி பிரெஞ்சுப் படையைத் தடுக்கவில்லை. சண்டை போடாதீர்கள் என்று பாண்டிச்சேரிக்கு தாக்கீது அனுப்பினார். டேவிட் கோட்டைக்கு சென்றிருந்த பென்னட் பாண்டிச்சேரியைத் தாக்கி வெற்றி கொள்ளும் வாய்ப்பிருந்தாலும் மோர்ஸ் விருப்பப்படி, நவாபின் வார்த்தைக்கு மதிப்பளித்து போரில் முன்னேறித் தாக்கவில்லை. தற்காப்புத் தாக்குதலுடன் நிறுத்திக்கொண்டார். பிரெஞ்சுப் படை பின்வாங்கியதும் பென்னட் தன் படையை மெர்கி (பர்மா/மியான்மர்) நோக்கிச் செலுத்தினார்.

ஆங்கிலேய வரலாற்று நூல்கள் ஒரு அரிய சந்தர்ப்பத்தை நழுவ விட்டது போல இதைக் குறிப்பிடுகின்றன. ஒருவேளை பாண்டிச்சேரி ஆளுநர் ட்யூப்ளெக்ஸ் போல மோர்ஸும் நவாபின் பேச்சைக் கேளாமல் போரை நடத்தி பாண்டிச்சேரியை வென்றிருந்தாலும்கூட மதராஸ் வீழ்ச்சியைத் தடுத்திருக்க முடியாது. ஏனெனில் பாண்டிச்சேரிக்கு ஆதரவாக வந்த பிரெஞ்சுப் படை மிக வலிமையானது.

பிரெஞ்சு ஆளுநர் ட்யூப்ளெக்ஸ் தனக்கு ஆதரவாகப் போரில் கலந்து கொள்ள போர்பன் பிரான்சு (மொரிஷியஸ், ரீயூனியன்) தீவுகளின் ஆளுநரான டி லா புர்டோண்யேவுக்குத் (Louis Charles Mahe de La Bourdonnais) தகவல் அனுப்பி இருந்தார். அவரும் தம் படையுடன் கிளம்பி வந்தார். அச்சில் 70, ஃபீனிக்ஸ் 38, போர்பன் 34, நெப்ட்யூன் 30, செயிண்ட் லூயிஸ் 26, லிஸ் 24, டக் டிஆர்லியன்ஸ் 24, ரினோமி 24, இன்சுலையர் 20. இந்த ஒன்பது கப்பல்களுடன் 3300 வீரர்களும் இருந்தார்கள். இதில்

கால்பாகம் ஆப்ரிக்க வீரர்கள். 1746-ஆம் ஆண்டு மே மாத இறுதியில் இங்கு வந்தவர்கள், நாகப்பட்டினத்தில் பிரிட்டிஷ் படையை எதிர்கொண்டனர். செய்தி கேள்விப்பட்டுக் கடலூருக்குத் திரும்பி வந்த பென்னட் சில நாள்களிலேயே இறந்து போய் கேப்டன் எட்வர்ட் பெய்டன் வழிநடந்த வேண்டிய நிலையில் கப்பற்படை இருந்தது. படைபலத்துடன் புர்டோன்யேவின் பத்தாண்டு கால அனுபவத்தையும் எதிர்த்து புதியவரான பெய்டனால் தாக்குப்பிடிக்க இயலவில்லை. பின்வாங்கினார்கள்.

ஆகஸ்ட் 18-ஆம் தேதி பிரெஞ்சு முதல் தாக்குதலை நடத்தியதும் ஆங்கிலேய வீரர்கள் மான்சன் தலைமையில் கூடினார்கள். போர்சுகீசியர்கள், ஆர்மேனியர்கள் உட்பட கோட்டையில் ஆயதம் தாங்கிப் போரிடும் நிலையில் இருந்த அனைவரும் பங்கேற்றனர். கொத்தளங்களில் நின்றிருந்த வீரர்களுக்கு உணவு, குடிநீர் உள்ளிட்டவை முறையாக வழங்கப்பட்டன. ஆனால் ஆரம்பத்தில் இருந்தே ஆங்கிலேய வீரர்கள் மது அருந்திவிட்டுப் பொறுப்பின்றி இருந்தனர். குறிப்பாக ஒரு சம்பவத்தில் மான்சன் அருகே வந்த இரு வீரர்கள் தங்களின் சாராயக் குவளையின் அளவு மிகச் சிறியதாக இருப்பதாகப் புகார் தெரிவித்தார்கள். வேறு படைமுகாமுக்கு அழைத்துச் சென்று குவளையை ஒப்பிட்டுக் காட்டி சமாதானப்படுத்தினார். சில்லறைத் தகராறுகளில் ஈடுபடும் வீரர்கள் மீது நம்பிக்கை இழந்த ஆபிசர்கள் அவர்களைக் கோட்டையை விட்டு வெளியேறுமாறு சொன்னார்கள்.

கோட்டையில் செப்டம்பர் 1, 1746 ஆம் ஆண்டு இருந்த வீரர்கள், பணியாளர்கள் எண்ணிக்கை சில நூறு என்கிறது 1802-ல் பிரசுரமான அனாமதேய மஸ்டர் ரோல் குறிப்பு ஒன்று. பெரும்பாலானவர்கள் கோட்டையை விட்டு வெளியேறிவிட்டனர்.

வீழ்ந்தது மதராஸ்

பாண்டிச்சேரியை அடைந்த புர்டோன்யே மதராஸை உடனே தாக்கத் தயக்கம் காட்டினார். ஆங்கிலப் படைகளின் பலம் குறைந்தபிறகு முழுத் தாக்குதலுக்குச் செல்ல வேண்டும் என்பது அவர் எண்ணம். ட்யூப்ளெக்ஸ் அதிகாரத்துக்கு உட்பட்டவர் அல்ல புர்டோன்யே. தாக்குதல் பற்றிய கருத்து வேறுபாடு இருவருக்கும் மனக்கசப்பை உண்டாக்கியது.

பிரிட்டிஷ் கப்பற்படை மதராஸில் இருந்து வடக்கு நோக்கிச் சென்ற தகவல் கேள்விப்பட்டு புர்டோன்யே பாண்டிச்சேரியில் இருந்து செப்டம்பர் 1-ஆம் தேதி இரவு கிளம்பினார். பிரெஞ்சுப் படையினருக்கு செப்டம்பர் 3-ஆம் தேதி விடியும் போதே செயிண்ட் தாமஸ் மவுண்ட் கண்ணுக்குத் தெரிந்தது. 600 வீரர்கள் கப்பலில் இருந்து இறங்கி சாந்தோமே ஆலயத்துக்கு மூன்று மைல் தொலைவில் கரையேறினர். கடல் படைக்கு இணையாக அவர்கள் கரையில் நடந்து வந்தனர். ஜார்ஜ் கோட்டைக்குத் தெற்கே ஒரு மைல் தூரத்தில் வந்தபிறகு மேலும் சில வீரர்களும் கரைக்கு வந்தனர். திருவல்லிக்கேணி கோயிலின் கிழக்குப் பகுதியில் வெடிபொருட்களைப் பாதுகாப்பாக வைக்கும் முகாம் ஒன்றை அமைத்தனர். கோட்டைக்குள் இருந்து இந்த முகாம் நோக்கி குண்டு வீசப்பட்டது. முகாம் மீது குண்டு விழவில்லை. அன்று இரவு கோட்டையில் இருந்து ஒருவர் வெளியே வந்து புர்டோன்யேவைச் சந்தித்தார்.

"என்னுடைய பெயர் பார்ன்வால். தனி வர்த்தகராக இருக்கிறேன். கோட்டையில் இருக்கும் பெண்கள், குழந்தைகள் மட்டும் வெளியேறுவதற்கு அனுமதி கொடுங்கள் என விண்ணப்பிக்க வந்திருக்கிறேன்."

"பிரெஞ்ச் ஆளுநர் ட்யூப்ளெக்ஸ் மருமகன்தானே நீர்? ட்யூப்ளெக்ஸ் சொல்லித்தான் அனுப்பினார்?" என்றார் புர்டோன்யே.

"ஆம். ட்யூப்ளெக்ஸ் மகளைத்தான் திருமணம் செய்துள்ளேன்."

"இந்தக் கோரிக்கை உங்களுடையதா அல்லது மதராஸ் ஆளுநருடையதா?"

"ஆளுநர் சொல்லித்தான் வந்திருக்கிறேன்."

"ஐரோப்பாவில் டச்சு நாடு இங்கிலாந்துடன் இணைந்துதானே போர் புரிகிறது. நீங்கள் சிறிது காலம் முன்பே பெண்களையும் குழந்தைகளையும் அருகில் உள்ள டச்சுக் கோட்டைக்கு அனுப்பி வைத்திருக்கலாமே."

"ஆகஸ்ட் மாதமே அனுப்பி வைத்தோம். டச்சுக்காரர்கள் அவர்களை ஏற்க மறுத்து திருப்பி அனுப்பிவிட்டார்கள். இப்போது வேறு ஏதேனும் பாதுகாப்பான இடத்துக்கு அனுப்ப வேண்டும்."

"என்னால் அதற்கு அனுமதிக்க முடியாது. நீங்கள் ட்யூப்ளெக்ஸின் மருமகன் என்பதால் உங்கள் மனைவியும், ஆளுநரின் மனைவியும் மட்டுமானால் வெளியேறலாம். துணைக்கு இரண்டு பணிப்பெண்களை வேண்டுமானாலும் அழைத்துக் கொள்ளட்டும்."

"அப்படித் தனியாக இரு பெண்கள் மட்டும் வெளியேறுவது முறையாகாது. அதற்கு அவர்கள் ஒப்புக்கொள்ள மாட்டார்கள். குழந்தைகள் வேறு இருக்கிறார்கள்."

"அது என்னுடைய கவலை அல்ல. என்னால் செய்யக்கூடியது இதுதான். வேண்டாம் என்றால் நான் ஒன்றும் செய்வதற்கில்லை"

கோரிக்கை நிறைவேறாமல் கோட்டைக்குத் திரும்பினார் பார்ன்வால். 4ஆம் தேதி, செப்டம்பர். 1700 வீரர்கள், கடலில்

கப்பலிலேயே இருந்தார்கள். 1000 ஐரோப்பியச் சிப்பாய்களும் 1800 ஆப்ரிக்கச் சிப்பாய்களும் கரையில் இருந்தனர். 5-ஆம் தேதி சிந்தாதிரிப் பேட்டைக்கு தன் முகாமை மாற்றிய புர்டோன்யே, தாக்குதலைக் கோட்டையின் மேற்குப் பக்கத்திலிருந்து ஆரம்பித்தார். பிரெஞ்சுப் படை கம்பெனியின் தோட்டத்தை ஆக்கிரமித்து பத்து மோட்டார் பேட்டரிகளைத் தயாராக வைத்தனர். பீரங்கியின் சுருங்கிய வடிவம் போல இருக்கும் மோர்டார்கள் தூக்கிச் செல்லவும் தள்ளிச் செல்லவும் ஏதுவானவை. ஒரு மனிதனே போதும். செப்டம்பர் 7-ஆம் தேதி வெள்ளையர் நகருக்குள் ஷெல்களை வீசித் தாக்குதலைத் தொடங்கியது புர்டோன்யேவின் பிரெஞ்சுப் படை. மின்ட் பாயிண்டில் இருந்தும் சார்லஸ் பாயிண்டில் இருந்தும் துப்பாக்கி மூலம் ஆங்கிலேய சிப்பாய்களால் பதிலடி தரப்பட்டது. அதிகாலையில் அச்சில், ஃபினிக்ஸ், போர்பன் கப்பல்கள்கள் கோட்டையின் மீது கடலில் இருந்து தாக்குதல் நடத்தின. 8-ஆம் தேதி முழுக்க குண்டுகள் கோட்டையின் ஃபோர்ட் ஸ்கொயர் நோக்கி வந்தன. யூனிவர்சல் ட்ராவலர் நூலில் போர் நடந்த நேரத்தில் கோட்டையின் உள்ளே இருந்த நிலை மிகவும் குழப்பம் நிறைந்திருந்ததாக விவரிக்கப்பட்டுள்ளது.

“கருப்பர் நகரத்தில் இருந்த இந்தியர்களும் பெருமளவில் நகரை விட்டு வெளியேறிவிட்டனர். கோட்டைக்குள் ஆங்கிலேயர்கள் செயிண்ட் மேரி தேவாலயத்திற்குள் பாதுகாப்பாக இருந்தார்கள். உணவு, குடிநீர், உடை மாற்ற என எதற்கும் வெளியே செல்ல அஞ்சினர். வேலைக்காரர்கள், அடிமைகள் எல்லாம் ஏற்கெனவே வெளியேறியிருந்தனர். பிரெஞ்ச் தொடர்ந்து தாக்குதல் நடத்தியதில் எந்நேரமும் தலையில் குண்டு விழலாம் என்ற அச்சத்தில் திறந்தவெளியில் செல்லாமல் இருந்தனர். துப்பாக்கி குண்டுகளுக்கு காட்ரிட்ஜ் தைக்கும் வேலையில் ஈடுபட்டிருந்தார்கள் பெண்கள். துப்பாக்கி வண்டிகளின் அச்சுகள் சிக்கனம் கருதி தரம் குறைந்த மரமும் போல்ட்டும் பயன்படுத்தியதால் மூன்று முறை பயன்படுத்தியதும் எல்லாம் பிடுங்கிக்கொண்டது.”

பிரெஞ்ச் வீரர்கள் முறையான ஒழுங்குடன் போரிட்டனர். ஆங்கிலேயர்கள் 100 குண்டுகளை வீசிய நேரத்தில் பிரெஞ்சுக்காரர்கள் ஆயிரத்துக்கும் மேல் குண்டுகளை வீசினார்கள்.

அதில் பத்துக்கும் குறைவானவையே கருப்பர் நகரில் விழுந்து வீணாகின. மற்றவையெல்லாம் சரியாகக் கோட்டைக்குள் விழுந்தன. ஒரு பிரெஞ்சு வீரர்கூட இறக்கவில்லை. ஆங்கிலேய வீரர்கள் சிலர் இறந்தார்கள். வீடுகள் பெருமளவில் சேதமடைந்தன. போர் ஆரம்பித்த முதல்நாளே கன்னர் ஸ்மித் இறந்துவிட்டார்.

சரணடையும் முடிவுக்கு வந்த பிறகு பணயத் தொகை, திருப்பிச் செலுத்தும் விதிமுறைகளைக் கேட்டு தகவல் அனுப்பினார் மோர்ஸ். ஆனால் பிடிவாதக்காரர் புர்டோன்யே, இருப்பதை எல்லாம் கொடுத்துவிட்டு நீங்கள் சரணடைந்த பிறகே அதைப் பற்றி விவாதிப்பேன் என்றார். தொகையும் நிபந்தனைகளும் நியாயமாக இருக்கும் என்று சொன்னவர் அப்படியே தயாராக இருந்த ராணுவ தளவாடங்களைச் சுற்றிக்காட்டி உடனே ஒப்புக்கொள்ளா விட்டால் முழு வேகத்தில் தாக்குதல் நடத்துவேன் என்று மிரட்டி அனுப்பினார். வேறு வழியின்றி செப்டம்பர் 10-ஆம் தேதி சரணடைவதாக எழுதிக் கையொப்பமிட்டார் மதராஸ் ஆளுநர் மோர்ஸ்.

1,10,000 பகோடாக்கள் பணமாகத் தரவேண்டும். 1749-ஆம் ஆண்டு வரை மூன்று தவணைகளில் இதைத் தரலாம். பணயக் கைதிகளாக ஆளுநரும் அவர் குடும்பமும் இருக்கும். இந்த முக்கிய நிபந்தனைகள் உட்பட விரிவான ஒப்பந்தம் தயாரானது. நிர்வாகம் வர்த்தகம் எல்லாமே வழக்கம்போல ஆங்கிலேயர்கள் தொடரலாம் என அனுமதிக்கபட்டது. பிரெஞ்ச் ஆளுநர் ட்யூப்ளெக்ஸ்க்கு வேறு திட்டங்கள் இருந்தன. ஆற்காடு நவாப் போர் தொடுப்பதைக் கண்டித்ததால் வென்றதும் உங்களுக்கே மதராஸை திருப்பித் தருகிறேன் என்று வாக்களித்திருந்தார் ட்யூப்ளெக்ஸ். புர்டோன்யே கிளம்பி விடுவார். இவர்தான் நவாபுக்குப் பதில் சொல்ல வேண்டும்.

அதுவுமின்றி நவாபுடன் நட்பைப் பராமரிப்பதால் மதராஸையும் சேர்த்து ஆளும் வாய்ப்பு கிடைக்கும். இதனால் காலதாமதம் ஏற்பட்டு ஒரு மாதம் கழித்தே இந்த பணயத்தொகை ஒப்பந்தம் கையெழுத்தானது. புயல் வரும் நேரத்தில் மதராஸில் இருக்காமல் மொரிஷியஸுக்குத் திரும்பிவிட எண்ணினார் புர்டோன்யே. தன் ஆட்களுக்குச் சம்பளம் கொடுக்க பணயத்

தொகையில் பத்து லட்சம் கேட்டவர் எட்டு லட்சத்து எண்பதாயிரத்தை வாங்கிக் கொண்டு புயலில் சேதமடைந்த இரண்டு கப்பல்களை இங்கேயே விட்டுவிட்டுக் கிளம்பிப் போனார். (ட்யூப்ளெக்ஸ் இந்த விவகாரத்தை மேலிடத்துக்குப் புகாரளித்தார். விசாரணை, மூன்று வருட சிறைவாசம் முடிந்து நிரபராதி என விடுதலையான புர்டோன்யே 1753-ல் இறந்தார்.)

ஆரம்பத்தில் மெத்தனமாக இருந்த நவாப் பின்னர் பத்தாயிரம் பேர் கொண்ட படையை அனுப்பித் தன் ஆளுகையை நிலை நிறுத்த முயன்றார். வெளிநாட்டுக்காரர்கள் சண்டையில் நமக்கென்ன வேலை என்று சுவரேறிக் குதித்து ஓடிப்போன பாளையக்காரர்கள் இதில் இணைந்து கொண்டார்கள். சாந்தோம், திருவல்லிக்கேணி, கருப்பர் நகரத் தோட்டம் என்று வீரர்களைப் பிரித்து பிரெஞ்ச் தாக்குதலைப் போலவே போரை ஆரம்பித்தது நவாப் படை. இம்முறை பிரெஞ்சுத் தரப்பில் கோட்டைக்குள் இருந்தவர்களுக்கு உதவிக்கு வந்தவர் மேஜர் லூயிஸ் பேரடைஸ். இவர் புர்டோன்யே ஒப்பந்தம் செல்லாது என்று கூறி மோர்ஸ் உள்ளிட்ட கைதிகளைப் பாண்டிச்சேரியில் ஊர்வலமாக அழைத்துச் சென்றவர். ட்யூப்ளெக்ஸ் இந்த ஒப்பந்த ரத்து நடவடிக்கைக்கு ஆதரவாக இருந்தார். பேரடைஸ் படை அடையாற்றுப் போரில் நவாபின் படையை பின்வாங்கச் செய்தது. பீரங்கி போன்ற பெரிய ஆயுதங்களுடன் சீரான ஒழுங்குடன் இருக்கும் ஐரோப்பியப் படைகளின் பலத்தை எத்தனை ஆயிரம் இந்திய வீரர்கள் இருந்தாலும் முறியடிப்பது சிரமம் என்கிற புரிதல் கிடைத்தது நவாபுக்கு.

க்ளைவ் தலைப்பாகை, ஒட்டு மீசை, தாடி எல்லாம் வைத்து இந்தியர்களைப் போல வேஷம் போட்டுக்கொண்டு மதராஸில் இருந்து தப்பிச் சென்றுவிட்டார். மூன்று நாள் பயணத்துக்குப் பிறகு கடலூர் புனித டேவிட் கோட்டைக்குச் சென்று சேர்ந்தார்.

அசட்டுத் துணிச்சல்

கடலூர்க் கோட்டையிலும் அதற்கு முன்பு மதராஸ் கோட்டையிலும் உடன் பணிபுரிவோருடனும் உயர் அதிகாரிகளுடனும் க்ளைவுக்கு ஒத்துப்போனதே இல்லை. மதராஸில், ஒருமுறை வாய்ச்சண்டை பெரிதாகப் போய் ஆளுநர் வரை பஞ்சாயத்துக்குப் போய்விட்டது. க்ளைவுக்கு நல்லபுத்தி சொன்ன ஆளுநர் மேலதிகாரியிடம் மன்னிப்பு கேட்கச் சொல்லி அனுப்பி வைத்தார்.

வேண்டாவெறுப்பாக மேலதிகாரியைப் பார்க்கச் சென்றார் க்ளைவ். ஆளுநர் சொன்னபடி மன்னிப்பும் கேட்டார். மேலதிகாரி தன் அதிகாரம் நிலைநாட்டப்பட்ட மகிழ்ச்சியில் "சரி போகட்டும் விடு. டின்னர் சாப்பிடும் நேரம் ஆகிவிட்டது. வந்து என்னுடன் டின்னர் சாப்பிடு" என்று பெருந்தன்மையாக அழைத்தார். க்ளைவ் மறுத்துவிட்டார். இரண்டு மூன்று முறை அழைத்தும் சாப்பிட மறுத்த க்ளைவிடம், "ஆளுநர் சொல்லித்தானே மன்னிப்பு கேட்க வந்தாய். எதற்காக சாப்பிட மறுக்கிறாய்?" என்று கேட்டார் அதிகாரி.

"ஆளுநர் மன்னிப்பு கேட்கத்தான் உத்தரவிட்டார். சாப்பிடச் சொல்லி உத்தரவிடவில்லை. என்னால் உங்களுடன் டின்னர்

சாப்பிட முடியாது" என்று வீராப்பாகச் சொல்லிவிட்டுக் கிளம்பிவிட்டார் க்ளைவ்.

இப்படித் தொடர்ந்து யாரிடமாவது முட்டிக்கொண்டு, மன அழுத்தத்தில் இருந்த க்ளைவ், ஒரு கட்டத்தில் தன் உயிரை மாய்த்துக் கொள்ள முயன்றார் என்று சொல்லப்படுகிறது. க்ளைவ் தன் அறையில் ஜன்னலைப் பார்த்து உட்கார்ந்து கொண்டு இருந்தபோது உள்ளே நுழைந்த ஒருவனிடம் துப்பாக்கியைத் தூக்கிப் போட்டாராம். ஜன்னலுக்கு வெளியே சுடச் சொன்னாராம். அவன் சுட்டான். தோட்டா வெடித்துப் பாய்ந்தது. துப்பாக்கியை வாங்கிக் கொண்ட க்ளைவ் "நான் என் தலையில் வைத்து இரண்டு முறை சுட்டுக் கொண்டேன். வெடிக்கவில்லை. நீ சுட்டால் வெடிக்கிறது. ஏதோ பெரிய கடமை எனக்கு மிச்சமிருக்கிறது. அதுதான் நான் சாகவில்லை" என்று சொன்னதாக ஒரு பேச்சிருக்கிறது. உள்ளே வந்தவரின் பெயர், காலம் எதுவும் குறிப்பாக இல்லை. க்ளைவ் குடும்பத்தாரிடம் தகவல் சேகரித்து, குடும்பத்துக்குள் எழுதிக்கொண்ட கடிதங்களைத் தொகுத்து நூல் எழுதிய மால்கம் இது உண்மையாக இருக்காது என்று நம்பினார். இந்தச் சம்பவத்தை க்ளைவ் யாரிடமும் எக்காலத்திலும் குறிப்பிடவில்லை. என்றாலும் க்ளைவ் பற்றிய எல்லா நூல்களிலும் இந்தக் கதை இருக்கிறது. எச்.டி.லவ் நூலில் கூட க்ளைவ் தன்னை சுட்டுக்கொள்ள முயன்ற இடம் இதுவாக இருக்கலாம் என்று குறிப்பிடப்பட்டுள்ளது.

மன்னிப்புக் கேட்ட பிறகு உணவுண்ண மறுத்த செய்தியும் ஆளுநருக்கு தெரிவிக்கப்பட்டது. ஆளுநர் டின்னர் சாப்பிட மறு உத்தரவு எதுவும் இடவில்லை. மாறாகத் தன்னுடைய சொந்த நூலகத்தை க்ளைவ் பயன்படுத்திக் கொள்ளலாம் என்று அனுமதி கொடுத்தார். க்ளைவும் தன்னால் இயன்றவரை அந்த நூலகத்தில் உள்ள நூல்களை வாசித்து பள்ளியில் விடுபட்டுப்போன அறிவு இடைவெளியை நிரப்பிக் கொண்டார். ஆம், இளம் வயதில் பள்ளியிலும் அடங்காத குறும்பு செய்யும் சிறுவனாகத்தான் இருந்தார். அதனால் பல பள்ளிகள் மாறினார்.

க்ளைவ் முதலில் படித்த செஷையரின் லாஸ்டாக் பள்ளியில் இருந்து மார்கெட் ட்ரெய்டனின் ஓல்ட் கிராமர் பள்ளிக்கு

மாறினார். லண்டன் மெர்ச்சண்ட் டெய்லரில் பப்ளிக் பள்ளியில் கணிதம் படித்தார். இறுதியாகப் படித்த ஹெம்மல் ஹெம்ஸ்டட் தனியார் பள்ளி அவர் படித்ததிலேயே உயர்தரமானது. இளவயதில் படிப்பித்த டாக்டர் ஈட்டன் மட்டும் இந்தப் பையனிடம் ஏதோ இருக்கிறது என்பதை உணர்ந்திருந்தார். "இந்த மாணவன் பெரியவனாக வாழ்ந்து தக்க சந்தர்ப்பமும் அமைந்தால் வரலாற்றில் இவன் பெயர் இடம்பெறும்" என்று கணித்தார்.

ஒருமுறை க்ளைவ் ஐம்பதடி உயர கோதிக் தேவாலயத்தின் மீது ஏறி மக்களை பீதியடையச் செய்த குறும்பு வெகு பிரபலம். நண்பர்களிடம் சவால் விட்டு கோபுரத்தின் மேலேறி உச்சியில் மழை நீர் வடிய இருக்கும் கார்கோயில் (Gargoyle) உள்ளே கைவிட்டுக் கூழாங்கற்களை எடுத்தார் க்ளைவ். எதற்கு சிறுவர்கள் மேலே பார்க்கிறார்கள் என்று புரியாமல் மக்களும் மேலே பார்க்க, எதிர் வெயிலில் க்ளைவ் உருவம் தெரியாமல் கார்கோயில் மேல் இருந்த ட்ராகன் தலைமட்டும் நகர்வதைப் பார்த்து பலர் பயந்து கூச்சலிட்டார்கள். கூழாங்கல்லுடன் இறங்கிவந்த க்ளைவைப் பார்த்து, 'சிடுமூஞ்சி ரிச்சர்ட் மகன் இப்படித்தான் இருப்பான்' என்று திட்டிக்கொண்டே கலைந்து சென்றார்கள்.

கடலூர்க் கோட்டையில் அதிகாரி ஒருவரிடம் சீட்டாட்டத்தில் பணத்தை இழந்த க்ளைவ் அவரை ஏமாற்றுக்காரர் என குற்றம் சாட்டினார். அவர் கோபத்தில் க்ளைவ் தலையில் துப்பாக்கியை வைத்து மிரட்டிய போதும் "நீ ஏமாற்றுக்காரன்தான். நான் சொன்னதை மாற்ற மாட்டேன்" என்று உறுதியாக இருந்தார் க்ளைவ். 'பைத்தியக்காரன்' எனத் திட்டிக்கொண்டே சுடாமல் போய்விட்டார் அந்த அதிகாரி. இச்சம்பவம் க்ளைவ் வாழ்க்கை வரலாறு நூலில் குறிப்பிடப்பட்டுள்ளது. க்ளைவ் கடலூரில் இருந்தபோது தனி வர்த்தகராகச் செயல்பட அனுமதி கிடைக்கும் ஐந்து வருட காலக் கணக்கை எட்டியிருந்தார். அவர் நினைத்திருந்தால் வணிகம் செய்ய அனுமதி பெற்றிருக்கலாம். அவரோ, ராணுவப் பணியில் இணைந்தார். வணிகம் அல்ல, வாள்தான் தம் அடையாளம் என்பதை க்ளைவ் உணர்ந்துவிட்டார். பிரிட்டிஷ் அதன் பலனைப் பெற்றது.

கடலூருக்குப் போன மதராஸ்

கடலூரில் தேவனாம்பட்டினத்தில் உள்ள புனித டேவிட் கோட்டை ஆங்கிலேயருக்குச் சொந்தமானது. கெடிலம் ஆற்றின் கரையோரம் அமைந்துள்ள இக்கோட்டைக்கு ஆறே அகழி போல செயல்பட்டது. கப்பல்களில் இருந்து சரக்குகளை இறக்கிக் கொண்டு செல்லும் முகத்துவாரமாகவும் இருந்தது இந்த ஆறு. ஆளுநர் எலிஹு யேல் காலத்தில் நாற்பதாயிரம் பொன் சக்கரங்கள் பணம் கொடுத்துக் கிரயம் செய்யப்பட்டது. செஞ்சி மன்னர் ராஜாராம், தான் கையெழுத்திட்டுக் கொடுத்த கிரயப்பத்திரத்தில் கோட்டையில் இருந்து சுடும் பீரங்கியின் குண்டு போய் விழும் இடம் வரை இருப்பவை எல்லாம் ஆங்கிலேயருக்கு என எழுதிக் கொடுத்தார். கோட்டை, கோட்டையில் இருக்கும் தளவாடங்கள், ஆறு, ஊர், நகரம், மரம் உட்பட எல்லாம் சேர்த்துதான். அதுவும் சந்திரர் சூரியர் இருக்கும் வரை. நம் இந்திய மன்னர்கள் அப்போது சிற்றரசுகளைக் குறுகிய காலமே ஆளும் நிலையில் இருந்தாலும் கற்பனை வளம் பெரிது.

மதராஸ் கோட்டை திரும்பக் கிடைக்கும் வரை இந்தக் கடலூர்க் கோட்டை தற்காலிகத் தலைமையிடமாக செயல்பட்டது. அலுவலகமும் பணியாளர்களும் இடம்

மாறியதைப் போல க்ளைவ் தன் சண்டை சச்சரவுகளையும் கடலூருக்கு இடம் மாற்றிக் கொண்டார். இந்தச் சண்டையை எதிரியுடன் போட்டால் பதவியாவது கிடைக்குமே என்று நினைத்தார் போல. எழுத்தர் பணியில் இருந்து குறைந்த மதிப்புள்ள என்சைன் (ensign) பணிக்கு மாறியது கடலூர்க் கோட்டையில்தான். என்சைன் என்ற சொல் பிரெஞ்ச் மொழியில் இருந்து வந்தது. பட்டாளத்தில் கொடியைத் தூக்கிச் செல்பவர். ராணுவத்தின் கடைநிலை ஊழியர் என்று பொருள் கொள்ளலாம்.

மழை விட்டும் தொடரும் தூவானம் போல மதராஸ் வீழ்ச்சிக்குப் பிறகும் போர்கள் தொடர்ந்தன. ராணுவப் பணியில் இணைந்த க்ளைவ் இந்தச் சண்டைகளில் செய்த சாகசங்களை ராபர்ட் ஓர்ம் வர்ணிக்கும் விதம், தெலுங்கு நடிகர் பாலைய்யா படத்தின் ஆங்கிலப் பதிப்பு போல இருக்கிறது. எந்த அளவுக்கு மிகையாக என்றால், "முதல் பதிப்பில் சொல்லப்பட்டவை பிழையானவை (erroneous) என்பதால் இரண்டாம் பதிப்பில் சேர்க்கவில்லை" என ராபர்ட் ஓர்ம் தன் நூலிலேயே குறிப்பிடும் அளவுக்கு. க்ளைவ் காலத்தில் இந்தியாவில் இருந்தார் இவர். முறையற்ற வகையில் பணம் பெற்ற குற்றத்துக்காக பதவி பறிக்கப்பட்டு இங்கிலாந்து திரும்பி பிரிட்டிஷ் வரலாற்று நூலாசிரியர் ஆனார். இவர் எழுத்து மிகையாக இருந்தாலும், க்ளைவ் சிறப்பாகச் செயல்பட்டது உண்மை என்பதற்கு உறுதியான சாட்சியாக இருப்பது, அவருக்கு அடுத்தடுத்த கிடைத்த பதவி உயர்வுகள்.

க்ளைவுக்கு உற்ற நண்பர்கள் என்று யாரையும் குறிப்பிட இயலவில்லை. இளவயதுக் கதைகள் அவருடைய துணிச்சலை மட்டும் காட்டவில்லை; ஒரு குழுவை வழி நடத்தும் திறன் பெற்றவர் என்பதையும் சொல்கின்றன. ஆரம்பத்தில் இருந்தே நம்பகமான, தன்னைப் பின்தொடரும் விசுவாசம் மிக்க நபர்களைச் சம்பாதிக்கும் வித்தையை க்ளைவ் எப்படியோ கைக்கொண்டிருந்தார். சிறுவனாக இருந்த போது, மார்கெட் ட்ரைய்டனின் கடைத் தெருவில் ஆப்பிள்களை மாமூலாக வசூல் செய்திருக்கிறார் க்ளைவ். தன் வயதொத்த பிள்ளைகளைக் கூட்டிக் கொண்டு கடை கடையாகச் சென்று பணமோ பழமோ தரவேண்டும் என்று மிரட்டியிருக்கிறார். கொடுக்காவிட்டால்

கல்லெறிந்து பொருள்களை உடைப்பது முதல் சாக்கடை நீரால் கடையை நாறடிப்பது வரை கைவசம் மிரட்டல் ஆயுதங்கள் பலவும் வைத்திருந்தார். கடைக்காரர்களும் பயந்து எதையோ கொடுத்து அனுப்பி வைத்தார்கள்.

ஒரு கடைக்காரர் எதுவும் தரமுடியாது என்று சொல்ல சாக்கடைக் கால்வாயில் தடுப்பு ஏற்படுத்தி கடைவாசலில் கழிவுநீர் தேங்கி வழிந்து ஓடி மக்கள் உள்ளே வர முடியாதபடி செய்துவிட்டார். கோபம்கொண்ட கடைக்காரர் அந்தத் தடுப்பை உடைத்து நீக்கினார். கொஞ்சம் கூட யோசிக்காமல் க்ளைவ் அடுத்து செய்த காரியத்தில் கடைக்காரரே திகைத்துவிட்டார். சாக்கடையில் குறுக்கில் படுத்து தன் உடம்பையே தடுப்பு போல மாற்றினார் க்ளைவ். நியாய தர்மங்களுக்கு இடமில்லாத, வெற்றியை மட்டுமே இலக்காகக் கொண்ட போர்க்களத்தில் க்ளைவ் தன்னை வெகு இயல்பாகப் பொருத்திக் கொள்ள இயன்றதை இளவயதுச் சம்பவங்கள் மூலம் புரிந்து கொள்ள முடிகிறது.

க்ளைவ் என்சைனில் இருந்து சிறு படையை, கொத்தளத்தை நிர்வகிக்கும் குவாட்டர் மாஸ்டர் (quartermaster) ஆனார். அப்போது தன் நண்பர்களைக் கெட்ட வார்த்தை சொல்லி திட்டிய சாப்ளின் ரெவ் ஃபோர்டிஸிடம் நியாயம் கேட்கப் போய் சாலையில் உருண்டு சண்டையிடும் நிலைக்குப் போய்விட்டது. புகார் விசாரிக்கப்பட்டு க்ளைவ் மீது தவறில்லை என அறிந்து சாப்ளின் பணிநீக்கம் செய்யப்பட்டார். தோல்விக் கதை முடிந்தது. இனி ‘வெற்றி மீது வெற்றி வந்து என்னைச் சேரும்’ என வளர்ச்சிப் பாதை சீராக மேல் நோக்கிப் போனது. க்ளைவுக்கு மட்டுமல்ல மதராஸுக்கும்.

1748-ஆம் ஆண்டு மேஜர் ஸ்ட்ரிங்கர் லாரன்ஸ் (Stringer Lawrence) கவனத்தை ஈர்த்த க்ளைவுக்கு, தகுந்த பொறுப்புகளும் பணிகளும் தேடி வந்தன. அரியங்குப்பம் (Ariancopang) சண்டைக்குப் பதிலடி கொடுக்கும் விதமாக, தன் பட்டாளத்துடன் பாண்டிச்சேரியை முற்றுகையிட்டுத் தன் திறமையை மீண்டும் நிரூபித்தார் க்ளைவ். *1749*-ஆம் ஆண்டு ஆஸ்திரிய வாரிசுரிமைப் போர் முடிந்து ஏற்பட்ட ஒப்பந்தத்தின் படி மதராஸ் ஆங்கிலேயர் வசம் திரும்ப வந்தது.

இதற்கு நூறு ஆண்டுகள் முன்பே இந்தியா வந்தது ஆங்கிலக் கம்பெனி. இதைப் போல எத்தனையோ முறை வெற்றி தோல்விகளைச் சந்தித்தது. அதெல்லாம் பூமிக்கடியில் இருக்கும் அஸ்திவாரம் போல. **1749**-க்குப் பிறகு ஆங்கிலப்படை பெற்ற வெற்றிகள் எல்லாம் ஒவ்வொரு கல்லாக எடுத்து வைத்து 'சூரியன் அஸ்தமிக்காத' பிரிட்டிஷ் ராஜ்ஜியம் அமைத்ததில் போய் முடிந்தது. இரு நூறு ஆண்டுகால காலனியாதிக்கம் என்று நாம் குறிப்பிடுவது இதைத்தான். இந்தியா முழுக்க பிரிட்டிஷ் ராஜ் வந்து மொத்தமாகத் தன் நேரடி ஆட்சியை ***(1858 - 1947)*** ஆங்கில அரசு நடத்தியது தோராயமாக நூறு ஆண்டுகள் மட்டுமே. கம்பெனிகள் செயல்பட்ட விதமும், இந்தியாவின் அன்றைய நிலையற்ற அரசியல் சூழலும் பிரிட்டிஷ் ஆதிக்கத்துக்கு வழி கோலியது. இதைச் சற்று விரிவாக அறிந்துகொள்வது அவசியம்.

அதிகாரம் II:

முன்கதைச் சுருக்கம்

கம்பெனிகளின் கதை

திரைகடலோடியும் திரவியம் தேடிய தமிழர்கள் பற்றிப் பல நூல்களில் எழுதப்பட்டுள்ளன. பொருள் தேடிச் செல்லும் தலைவன், சங்கப் பாடல்களில் முக்கியக் கூறு. ஐரோப்பியர்கள் இங்கு வருவதற்கு ஐநூறு ஆண்டுகளுக்கு முன் தோன்றிய வெற்றிகரமான வணிகரின் மகனான பட்டினத்தார், "காதற்ற ஊசியும் வராது காண் கடைவழிக்கே" என்று மெய்யியல் நோக்கிச் சென்றார். ஆங்கிலேயர் ஆண்ட அதே மதராஸப்பட்டினத்தைச் சேர்ந்தவர்தான் அவரும். திருவொற்றியூரில் இன்றும் உள்ளது அவர் சமாதியடைந்த இடம். இவரைப் போல அதிகம் ஆசைப்படாத மரபும் மனநிலையும்கூட, கடல் கடந்து வணிகம் செய்த ஆசியர்கள் ஒருபோதும் ஆட்சியைப் பிடிக்கும் அளவுக்கு வளராமல் போகக் காரணமாக இருக்கலாம்.

ஐரோப்பியர்கள் அப்படி ஒன்றும் ஆசியர்களைவிட வணிகத்தில் சிறந்தவர்கள் இல்லை. ஆனால் கம்பெனி எனப்படும் கூட்டுவர்த்தக முறையின் வளர்ச்சி வணிகத்தில் குறிப்பிடத்தக்க மாற்றத்தை ஏற்படுத்தியது. மேற்குலக நாடுகளின் இந்தக் கம்பெனி வணிகம் கிழக்கு நாடுகளுக்கு முற்றிலும் அறிமுகம் இல்லாத வழக்கம். இந்தியா, சீனா உள்ளிட்ட ஆசிய நாடுகளில்

வணிகம் செய்பவர்கள் தனி மனிதர்கள் அல்லது குடும்பம். மிஞ்சிப் போனால் ஒரே சாதி அல்லது சமூகத்தைச் சேர்ந்த குழுவினர். தனி நபராக, உள்ளூரிலோ, கடல் பயணம் செய்தோ வணிகம் செய்வதற்குக் கொஞ்சம் பணம் இருந்தால் போதும். பெரிய அளவில் தொழில் செய்ய முதலீடும் பெரிதாகத் தேவை. அலிபாபா குகையில் அள்ளி வரப்படுவதில்லை இந்த முதலீடுகள். பெரும்பாலும் கடனாகப் பெறப்படும். ஆசிய நாடுகளைப் பொறுத்தளவில் இந்தக் கடன் பெறும் வாய்ப்பு குடும்ப உறுப்பினர்களுக்குதான் அதிகம். மகன், மருமகன், சகோதரன் போன்ற நெருங்கிய ரத்த சம்பந்தமான உறவினர்களும் திருமண பந்தத்தால் இணைந்த உறவினர்களும் எளிதாகக் கடன் பெற முடிந்தது.

குடும்பத்துக்குள் இருந்து பெறப்படும் கடனில் வட்டி குறைவாக வசூலிக்கப்படும். தொழிலில் வெல்லும் வாய்ப்பு அதிகம். தொழில் லாபம் ஈட்டக் கால தாமதம் ஆனாலும் குடும்பத்தினர் ஆதரவளிப்பார்கள். இந்த நற்பலன்கள் ஏகப்பட்ட குடும்ப விதிகளையும் இணைத்துக் கொண்டே வரும். குடும்பத்தின் பெரியவர்கள் சொல்லும் துறைகளைத் தவிர்த்து வேறெதிலும் வணிகம் செய்ய முடியாது. துணிந்து தொழில் முடிவுகளை எடுக்க இயலாது. பெரியவர்களின் அனுமதி கிடைக்காத எதையும் செய்யாமல் குறுகிய எல்லைக்குள் நின்றுவிடும்.

நெருங்கிய குடும்பம் தவிர்த்த தூரத்துச் சொந்தங்கள் எனில் கடன் பெறும் தொகை குறையும். இந்த வட்டத்துக்குள் வராத வெளி ஆட்களுக்குப் பணம் கொடுத்தால் வட்டி அதிகமாக வசூலிக்கப்படும். தொழில் செய்து ஈட்டும் லாபத்தை வட்டியாகக் கொடுத்தால் மிதமான முன்னேற்றமே மிஞ்சும். சமூகத்துக்கு உள்ளே இருந்தாலும் வெளியே இருந்தாலும் தனிநபர் தனது சொத்து மதிப்பினைத் தாண்டி அதிகச் செல்வத்தைத் தொழில் முதலீட்டுக்காகத் திரட்ட முடியாது. ஆசிய நாடுகளில் உள்ளோர் பல நூறு ஆண்டுகளாக வணிகம் செய்து மக்களிடம் செல்வம் தழைத்தோங்கினாலும் ஒரு குறிப்பிட்ட வட்டத்துக்குள் சுருங்கியே இருந்தது.

மேற்குலக நாடுகளில் உருவான கூட்டு வர்த்தகத் திட்டம் இதற்கு முற்றிலும் மாறானது. அறிமுகமான, அறிமுகமில்லாத,

உறவினரல்லாத பல செல்வந்தர்கள் ஒன்று சேர்ந்து ஆளுக்குக் கொஞ்சம் பணம் போட்டுக் கிடைக்கும் கூட்டு முதலீட்டை வைத்து ஒரு நிறுவனத்தை உருவாக்கி நடத்துவது கூட்டு வர்த்தகம். செல்வந்தர்கள் தங்கள் செல்வத்தின் சிறு பகுதியை மட்டுமே முதலீடாகத் தந்தனர். பலர் முதலீடு சேரும் போது அந்தத் தொகை மிகப் பெரியதாக இருந்தது. தனிநபர் செலவிட்ட தொகை சிறியது என்பதால் நிச்சய லாபம் இருக்குமா என்று தெரியாத எல்லா முடிவுகளும் துணிந்து எடுக்கப்பட்டன. துணிவான முடிவுகள் கொள்ளை லாபத்தின் முக்கியக் காரணி.

மக்களாட்சியாக இருந்தாலும் மன்னராட்சியாக இருந்தாலும் மறைமுகமாக ஆட்சியில் இருப்பதும் முடிவுகளை எடுப்பதும் செல்வந்தர்களே. அவர்கள் இணைந்து உருவாக்கிய கூட்டு வர்த்தக அமைப்புக்கு எல்லாவித அனுமதிகளும் எளிதாகக் கிடைத்தன. அவசியம் என்றால் விதிகளைத் திருத்தி எழுதும் செல்வாக்கு உடையவர்களாக இருந்தார்கள். கூட்டு வர்த்தகத்தின் முடிவுகள் குழுவாகக் கலந்தாலோசித்து வாக்குகளின் அடிப்படையில் எடுக்கப்பட்டன. பெரும்பான்மையினரின் கருத்து செயல் வடிவம் பெற்றது. தனிமனிதக் கருத்துகளுக்கு முக்கியத்துவம் குறைந்து தொழிலுக்கும், முதலீட்டுக்கும் எது அவசியமோ அதெல்லாம் செயல்படுத்தப்பட்டன. சரி, தவறு என்ற கருத்தியலை விடுத்து லாபம் மட்டுமே குறிக்கோளாக வைத்துக் கொண்டு வளர்ச்சிக்கு முக்கியத்துவம் தரப்பட்டது. நிர்வாகம் செய்யவும், கணக்குகளைச் சரிபார்க்கவும் முதலீட்டு வாய்ப்புகளைத் தேடவும் எனப் பல பணியாளர்களை நியமித்தார்கள். குழுவாக ஒன்று சேர்ந்து உழைத்தார்கள். தொழிலில் லாபத்தைத் துல்லியமாக உறுதி செய்ய இந்தக் குழுவினர் உதவினார்கள்.

வரும் லாபம் அவரவர் செய்த முதலீட்டுக்கு ஏற்ப பிரித்துக் கொள்ளப்பட்டது. ஒருவேளை நஷ்டம் ஏற்பட்டாலும் கூட பலர் இணைந்து சிறு தொகைகளாகச் சேர்த்தே முதலீடு செய்யப்பட்டதால் தனிநபரை பெரிதாகப் பாதிக்காது. மொத்த செல்வத்துக்கும் ஆபத்தில்லாத இந்த நிலை பெரிய முடிவுகளை எடுக்க உந்தித் தள்ளியது. அதிக முதலீடு தேவை எனில்

அனைவரும் இன்னும் கொஞ்சம் தொகையை அளிப்பார்கள் அல்லது புதிய நபர்கள் இணைவார்கள். முதலீடு பற்றிய விதிகள், அவற்றைப் பயன்படுத்த வழிகாட்டுதல்கள், லாப நஷ்டத்தைப் பங்கு பிரிப்பது உள்ளிட்ட அனைத்தும் அரசின் சட்டங்கள் மூலம் தெளிவாக வரையறுக்கப்பட்டன. இந்த நிறுவனங்களுக்கு அதிகபட்ச அதிகாரங்கள் இருந்தன. அரசு அமோக ஆதரவளித்தது. இவர்களின் கூட்டு முன்னேற்றம் நாட்டின் முன்னேற்றமும்கூட. மூலதனம் திரட்டும் முயற்சிகளை ஊக்குவிக்கும் விதமாக மிகக் குறைந்த அளவு வட்டி விகிதம் நிர்ணயிக்கப்பட்டது. சட்ட திட்டங்களை மீறுபவர்கள் கடுமையாகத் தண்டிக்கப்பட்டார்கள்.

இதெல்லாம் ஒரு நாளில் உருவாகவில்லை. பல வருடங்கள் வெற்றி தோல்விகளில் இருந்து பாடம் கற்று மேம்படுத்தி உருவானது. பண்டைய இங்கிலாந்தில் இருந்த பார்ட்னர்ஷிப் கூட்டு நிறுவனங்கள், ஜெர்மனியின் கார்பரேட் தன்மையிலான நிறுவனங்கள், இத்தாலியின் ஜெனோலீஸ் அமைப்பு போன்றவற்றை இத்தகைய கூட்டு வணிகத்தின் முன்னோடிகளாகக் குறிப்பிடுகிறார் தீர்த்தங்கர் ராய். தமிழில் எஸ்.கிருஷ்ணன் மொழிமாற்றி 'கிழக்கிந்தியக் கம்பெனி' என்ற பெயரில் வெளியாகிருக்கும் அவருடைய நூல் உலகின் முதல் கார்பரேட் கம்பெனியான கிழக்கிந்தியக் கம்பெனி பற்றிய பல தகவல்களைத் தருகிறது.

இந்தியாவில் கூட்டு வர்த்தகம்

பதினாறாம் நூற்றாண்டில் உருவான இத்தகைய கம்பெனிகள் தொலைதூர, துறைமுக நகரங்களுக்குப் புதிய வாய்ப்புகளைத் தேடி நகர்ந்தன. வணிகம் செய்ய மேற்கொள்ளப்பட்ட கடல் பயணங்களில் பல்வேறுபட்ட திறமையாளர்கள் இணைந்து கொண்டார்கள். கணிதம், வானியல், கடல்வழியில் ஆர்வம் கொண்டவர்கள், அறிவார்ந்த தேடல் உள்ள கல்வியாளர்கள், பொருளீட்ட விரும்பும் வணிகர்கள், சண்டையிட்டுச் சாகசம் செய்யும் வீரர்கள், மாலுமிகள் எனப் பலர் இணைந்த வெற்றிக் கூட்டணி இது. முதலில் தொடங்கப்பட்ட நிறுவனம், 'கம்பெனி ஆஃப் மெர்சண்ட் அட்வென்சர்ஸ்' எனத் தன் பெயரிலேயே சாகசத்தைச் சேர்த்திருந்தது. 1505-ஆம் ஆண்டு உருவானது இக்கம்பெனி. வட ஐரோப்பிய வர்த்தகத்துக்குப் போட்டியாக ஆரம்பிக்கப்பட்ட கம்பெனி. ஆனால் பல வருடங்கள் வழி கண்டுபிடிப்பதிலும் மற்றப் போட்டி ஐரோப்பியர்களுடன் கடல் போரில் ஈடுபடுவதிலும் கழிந்தன. 1600-ஆம் வருடத்தின் முன்னும் பின்னுமாக இருபதாண்டுகள் இந்தியப் பெருங்கடல் பயணத்தில் ஓர் ஒழுங்கைப் பெற்றன.

1583-ஆம் ஆண்டு கிளம்பிய டைகர் கப்பலில் சாதாரணப் பயணியாக இருந்தார் ரால்ஃப் ஃபிட்ச். வழியில் போர்ச்சுகீசியர்களால் கைது செய்யப்பட்டார். கோவா

சிறைக்குக் கப்பலில் அனுப்பப்பட்டு அங்கிருந்து தப்பித்து நொந்து நூலாகி பல இடங்கள் சென்று 1591-ல் இங்கிலாந்து திரும்பினார். வழியெங்கும் அவர் பார்த்த பொருள்களைப் பற்றி அவர் எடுத்து வைத்திருந்த குறிப்புகள் இந்த சாதாரணப் பயணியைப் புகழடைய வைத்தன. கொச்சின் மிளகு, இந்தோனேசிய மலுக்கா கிராம்புகள், கோல்கொண்டா வைரங்கள், பெகு பவழம் முதல் பருத்தி உற்பத்தியின் பிரதான மையமான வங்காளம், இந்தியா, இலங்கை, பெகு, மலாக்கா, சுமத்ரா நாடுகளின் உணவான அரிசி வரை விரிவான குறிப்புகள் கொண்ட முதலில் எழுதப்பட்ட இந்தியப் பயணக்கட்டுரையாக இருந்தது அது. கண்களின் ஹார்ட் வைத்த எமோஜியுடன் ஆங்கிலேயர்கள் ஆர்வம் அதிகரித்தது.

அப்போது, கடல் பயணம் செய்து வெறுங்கையுடன் திரும்பியிருந்த ஜேம்ஸ் லங்காஸ்டர் ஸ்பானியர்களும் போர்ச்சுகீசியர்களும் கோட்டை, கொத்தளம், அரண் இல்லாமல் பாதுகாப்பின்றி இருப்பதை அறிந்திருந்தார். பெரும்படையுடன் சென்றால் வெற்றி நிச்சயம் என்று நினைத்தார். ஒரு கூட்டத்தைக் கூட்டித் தன் யோசனையைத் தெரிவித்தார் அவர். ஹார்ட் எமோஜி உடனே கண்களிலும் நாக்கிலும் டாலர் இருக்கும் மணி மவுத் எமோஜியாகிவிட்டது. இதற்கென 70,000 பவுண்ட் நிதி திரட்டப்பட்டது. 215 உறுப்பினர்கள் கையெழுத்திட்ட ஒப்பந்தத்தை அரசியிடம் அளித்து புதுக் கம்பெனியை உருவாக்கினார். 1600-ஆம் ஆண்டின் இறுதி நாளில் சாசனத்தைக் கையில் கொடுத்தார் இங்கிலாந்து அரசி. வர்த்தகத்துக்குத் தங்கம் எடுத்துச்செல்ல அனுமதிக்கப்பட்டது. முதல் நான்கு பயணங்களுக்கு 30,000 பவுண்ட் தங்கம் எடுத்துச்செல்லலாம். எடுத்துச்செல்லும் அளவுக்காவது தங்கம் உள்ளே வந்தாக வேண்டும் என்பது விதி. லாபம் பிரித்துக்கொள்வது எழுத்தில் இல்லை என்றாலும் பாதி அரசிக்கு, பாதி கம்பெனிக்கு என்ற புரிதல் இருந்தது. இந்த சாசனங்கள் அவ்வப்போது தேவைக்கேற்ப மாற்றி எழுதப்பட்டன. 'சொசைட்டி ஆஃப் அட்வெஞ்சர்ஸ் டு த ஈஸ்ட் இண்டீஸ்' என்றழைக்கபட்ட சாகசக்காரர்கள் சங்கம் 'த கம்பெனி ஆஃப் த மெர்சண்ட் ஆஃப் லண்டன் டிரேடிங் டு த ஈஸ்ட்' என்றானது.

எவ்வளவு பெரிய பெயராக வைத்துச் சாசனம் எழுதினாலும் எப்படி லாபம் சம்பாதிப்பது என்பதற்கு விதிகள் இல்லை. இதனால் வர்த்தகத்துக்கும் கொள்ளைக்கும் இடையில் இருந்த மெல்லிய கோடு அவ்வப்போது அழிந்து போனது. கப்பலைச் செலுத்துவதுடன் வாளேந்தி உயிரைப் பணயம் வைத்துப் போரும் செய்ய வேண்டியிருந்ததால் ஊதியத்துடன் லாபத்தைப் பொறுத்து இன்சென்டிவ் வெகுமதி வழங்கப்பட்டது. எத்தனை சதமானம் லாபமோ அதைப் பொறுத்து இந்த வெகுமதி ஏறும். சம்பளத்தைப் போல இருமடங்கு பணத்துக்கு வர்த்தகம் செய்யவும் அனுமதி உண்டு. அந்தப் பண மதிப்பின் அளவுக்குப் பொருளை வாங்கி வந்து விற்றும் லாபம் பார்க்கலாம். பணமும் அனுமதியும் இருந்தால் மட்டும் போதுமா? வாங்குவதற்கு அங்கே சரக்கு தயாராக இருக்க வேண்டுமே? சுமத்ராவில் இருந்து அட்சே முனைக்கு மிளகு வாங்க வந்த லங்காஸ்டர் குழுவுக்கு வாங்குவதற்கு மிளகு இல்லை. போர்ச்சுகீசியர்களும் டச்சுக்காரர்களும் ஏற்கெனவே வாங்கியிருந்தனர். சரி போகட்டும். வேலை மிச்சம் என்று நினைத்த ஆங்கிலேயக் குழுவினர் போர்ச்சுகீசிய கப்பலைத் தாக்கி 900 டன் எடையுள்ள மிளகும் கிராம்பும் நிறைந்த கப்பலைக் கைப்பற்றினர். நாயகனாக நாடு திரும்பிய லங்காஸ்டர் கொண்டு வந்த மிளகின் மதிப்பு ஒரு மில்லியன் பவுண்டுக்கும் மேல். 'கொள்ளை லாபம்' என்பதற்குச் சிறந்த எடுத்துக்காட்டு.

மிளகு, கிராம்பு, ஏலக்காய் என்ற வார்த்தைகள் ஆங்கிலேயருக்கு துட்டு, பணம், பவுண்ட் என்றே காதில் விழுந்தது. அடுத்த பதினைந்து ஆண்டுகளில் மேலும் பதினைந்து பயணங்கள் மிளகுக்காக மேற்கொள்ளப்பட்டன. இவற்றில் ஒழுங்கு கூடி முறையான வர்த்தகம் பிரதானமாகியது. மருத்துவர்கள், பாதிரியார்கள், ஷேக்ஸ்பியரின் நாடகம் நடத்தும் குழுவினர் உட்பட வசதிகளும் அதிகரித்தன. 1616 ஆண்டு வரையான பயணங்களில் பங்குதாரர்களுக்குத் தரப்பட்ட லாபம் 200 சதவிகிதமாக இருந்தது. முதலில் காசு கொடுத்துக் கப்பல் வாங்கிய கிழக்கிந்தியக் கம்பெனி, விலை அதிகம் என்று கப்பல்களைக் கட்டும் பணியிலும் இறங்கியது. பெரிய கப்பலாகக் கட்டி ஒரே பயணத்தில் எல்லாவற்றையும் அள்ளி வந்தால் கப்பல் கட்டும் செலவை லாபத்தில் மீட்டுவிடலாம்

என்று 1000 டன் கொள்ளும் 'ட்ரேக் இன்க்ரீஸ்' கப்பல் கட்டப்பட்டது. 1630-ல் கம்பெனி, கப்பலை வாடகைக்கு எடுத்துப் பயன்படுத்தியது.

முதலில் கிடைத்த 'கொள்ளை' லாபத்துடன் முறையான வர்த்தக லாபத்தை ஒப்பிட இயலாதல்லவா? எனவே லாபம் குறைந்து கொண்டே சென்றது. எந்த மாற்றங்களைச் செய்தாலும் நடைமுறைச் சிக்கல்கள் அதிகரித்துக் கொண்டே வந்தன. அதிக ஆபத்துள்ள பயணங்கள் என்பதால் ஒரு பயணம் முடியும் வரை காத்திருந்தே அடுத்த முதலீட்டுக்குப் பணம் திரட்ட முடிந்தது. முதலீட்டாளர்கள் முந்தைய முதலீட்டின் நிலை தெரியாமல் மேலும் முதலீடுகளைப் போட விரும்பவில்லை. ஒரு மோசமான தோல்வி மொத்த கம்பெனியையும் இழுத்து மூடச் செய்யலாம். எனவே ஒவ்வொரு முறையும் முதலீட்டைத் திரட்டுவது கடினமாக இருந்தது. நடிகர்களைக் கொண்டு கலை நிகழ்ச்சி மட்டும்தான் நடத்தவில்லையே தவிர பெரும்பாடு பட்டே முதலீடு திரட்டப்பட்டது.

இரண்டாவது சிக்கல் இந்த பொருள்கள் எதுவும் அடிப்படைத் தேவைகள் அல்ல என்பதால் அதற்கான சந்தையும் நிரந்தரம் இல்லை. ஒரு டன் மிளகு எடுத்து வந்தால் வாடிக்கையாளர்கள் "சீனாவின் தேயிலை இருக்கிறதா? இந்தோனேசிய கிராம்பு இருக்கிறதா?" என்று மாறிக்கொண்டே இருந்தார்கள். மூன்றாவது சிக்கல் உறுப்பினர்கள் சிறு சிறு குழுக்களாக மாறி முடிவுகளில் ஆதிக்கம் செலுத்தினார்கள். இதைத் தவிர்க்க கிழக்கிந்தியக் கம்பெனி 1612-ல் கூட்டு முதலீட்டு நிறுவனமாக அறிவித்துக்கொண்டது. இதன் மூலம் 4,29,000 பவுண்ட் தொகை மூலதனமாக திரட்டப்பட்டது.

ஆகஸ்ட் 1608-ல் வில்லியம் ஹாக்கின்ஸ் தலைமையிலான குழு ஒன்று சூரத்துக்கு வந்தது. ஹாக்கின்ஸ் இளவயதில் டிராகன் ட்ரேக் கப்பலில் இருந்தவர் எனக் கருதப்படுகிறது. முகலாய அரசர் ஜஹாங்கீர் அனுமதியுடன் சூரத்தில் வணிகம் செய்ய ஆரம்பித்தது கிழக்கிந்தியக் கம்பெனி. அனுமதி இருந்தாலும் இந்தியாவில் வணிகம் செய்வது எளிதாக இல்லை. ஐரோப்பாவில் டச்சும் பிரிட்டிஷும் நட்புடன் இருந்தாலும் இந்தியப் பெருங்கடலில் ஆங்கிலேயரை விரட்டி

விரட்டி அடித்தார்கள். ஒன்றாகச் சேரும் வாய்ப்பு ஒருமுறை உண்டானது. டச்சு கிழக்கிந்தியக் கம்பெனிகள் பலவும் நஷ்டத்தில் இயங்கியதால் ஆங்கிலேயர்கள் இணைப்பை விரும்பவில்லை. போர்ச்சுகீசியர்கள் பொதுவான எதிரியாக இருந்தார்கள். உள்ளூர் விதிகளைச் சமாளிக்க அரசவை அதிகாரிகளுக்குப் பணமும் பரிசும் கொடுக்க வேண்டியிருந்தது.

போர்ச்சுகீசியர்களுக்கும் முகலாயர்களுக்கும் முரண்கள் இருந்தன. இந்த வாய்ப்பை ஆங்கிலக் கிழக்கிந்தியக் கம்பெனி பயன்படுத்தியது. முகலாயர்களுக்குத் தேவையான கடல் பாதுகாப்பையும் பல பரிசுகளையும் வழங்கி ஒரு ஒப்பந்தத்தை ஏற்படுத்தினார் தாமஸ் ரோ. இந்தியத் தூதராக ரோ தேர்ந்தெடுக்கப்பட அவருடைய நேர்மையும் திறனும் காரணம். சில ஆண்டுகள் முயன்று ஜஹாங்கீரின் நட்பையும் நம்பிக்கையையும் பெற்றார். ரோ தயாரித்த இந்த ஆவணம்தான் முதன்முதலில் இரு அரசுகள் இடையே முறையாக போடப்பட்ட ஒப்பந்தம். கம்பெனியானது, மசாலா மட்டுமல்ல, மனிதரையும் வணிகம் செய்தது. அடிமை வணிகம் தடை செய்யப்படும் வரை நூறாண்டுகளுக்கு இது தொடர்ந்தது.

கம்பெனியின் ஏகாதிபத்யம்

கிழக்கிந்தியக் கம்பெனியின் லாபம் தனிப்பட்ட சிலருக்கே சென்று சேர்ந்தது. இந்த ஏகாதிபத்தியத்தைப் பல ஆங்கிலேயர்கள் எதிர்த்தார்கள். கம்பெனிப் பணியாளர்கள் பலரே தனி வர்த்தகத்தில் ஈடுபட்டனர். சிலர் அனுமதி பெறாமல் வர்த்தகம் செய்தனர். சிலர் அரசவையில் அனுமதி பெற்றுத் தனி வர்த்தகம் செய்தனர். அப்போது பிரிட்டிஷ் மன்னராக இருந்த முதலாம் சார்லஸ் அரசு, பணப் பற்றாக்குறையில் இருந்ததால் இந்த அனுமதியை அவர் பணம் பெற்றுக் கொண்டு விற்க முயன்றார். 1635-ஆம் ஆண்டு 1,20,000 பவுண்டுகள் முதலீட்டுடன் புதிய கிழக்கிந்தியக் கம்பெனியும் உருவானது. பழைய கிழக்கிந்தியக் கம்பெனி இல்லாத இடங்களில் இந்தப் புதிய கம்பெனி செயல்படும் என விளக்கம் தரப்பட்டது. இயற்கைச் சீற்றம், டச்சுக்காரர்கள் தொல்லையுடன் பழைய கம்பெனியின் போட்டியையும் சேர்த்துச் சமாளிக்க முடியாமல் 1655-ல் புதிய கம்பெனி பழைய கம்பெனியுடன் இணைந்துவிட்டது.

கம்பெனியில் வழங்கப்பட்ட சிறிய ஊதியத்தால், குறைந்த அளவு வணிகம் செய்யும் தனி மனிதர்களும், தனி வர்த்தகம் செய்பவர்களும் அதிகரித்துக் கொண்டே இருந்தனர். க்ளைவ்

போன்று எழுத்தர் பணியில் இருப்பவர்களுக்குச் சோறு போட்டு தங்குவதற்கு இடம் கொடுத்தாலும் வருட சம்பளம் 5 பவுண்டுகள் மட்டுமே. பணியில் சேர்ந்த ஐந்து வருடங்கள் கழித்தே அவர்கள் வர்த்தகத்தில் ஈடுபட முடியும். இதனால் சிலர் உறவினர்களை வரவழைத்து அவர்கள் பெயரில் வர்த்தகம் செய்தார்கள். இதைக் கட்டுப்படுத்த இயலாமல் இருந்தது. மதராஸ் ஆளுநராக இருந்த தாமஸ் பிட் கூட ஆரம்பத்தில் பல முறை தடுத்தும் கேளாமல் தனி வர்த்தகத்தில் ஈடுபட்டவர்தான். கடைசியில் திருடன் கையில் சாவியைக் கொடுப்பது போல அவரையே மதராஸ் ஆளுநராக்கினார்கள். நவாப்களுடன் சுமூக நிலையை ஏற்படுத்தி மதராஸ் நிர்வாகத்தைச் செப்பனிட்டார் இவர். துணை அதிகாரிகளுடன் ஏற்பட்ட தகராறால் இங்கிலாந்து திரும்பினார். 1702-ஆம் ஆண்டு அவர் வாங்கியிருந்த பெரிய வைரக்கல்லை இங்கிலாந்தில் அறுத்த போது அதன் விலை ஐந்து மடங்கு அதிகரித்தது. இந்த ரீஜண்ட் வைரத்தால் டயமண்ட் பிட் என்றும் கொள்ளைக்கார பிட் என்றும் அறியப்பட்டார். இவரைப் போலவே பலரும் செயல்பட்டார்கள்.

இதற்கெல்லாம் கிழக்கிந்தியக் கம்பெனியின் ஏகாதிபத்தியமே காரணமாகச் சொல்லப்பட்டது. ஒரு கட்டத்தில் கிழக்கிந்தியக் கம்பெனியை எதிர்ப்பவர்கள் ஒன்று சேர்ந்து இன்னொரு புதிய கம்பெனி ஆரம்பிப்பது என்று முடிவானது. இந்திய ஆட்சியாளர்களுடன் ஆளுக்கொரு ஒப்பந்தம் போட்டுக்கொண்டு, ‘நாங்கள்தான் அங்கீகாரம் பெற்றவர்கள்’ என்று இரு தரப்பிலும் சொல்லிக்கொண்டார்கள். இந்த போட்டிக் கம்பெனியும் நிலைக்கவில்லை. 1708-ஆம் ஆண்டு ஆங்கிலக் கிழக்கிந்தியக் கம்பெனியும் லண்டன் கிழக்கிந்தியக் கம்பெனியும் இணைந்து ‘யுனைட்டெட் ஈஸ்ட் இந்தியா கம்பெனி ஆஃப் மெர்சண்ட்ஸ் ட்ரேடிங் இன் த ஈஸ்ட் இன்டீஸ்’ என்ற புதிய நிறுவனம் உண்டானது.

இதன் பின்னர் முற்றிலும் ஏகபோகம் பெற்ற பிரம்மாண்டமான அமைப்பாகத் திகழ்ந்தது கிழக்கிந்தியக் கம்பெனி. 1700-ஆம் ஆண்டில் 2535 மில்லியன் சதுர அடி ஆடைகள் இந்தியாவிலிருந்து இறக்குமதி செய்தது இங்கிலாந்து. அடுத்த

நூறாண்டுகளுக்கு அது குறையவே இல்லை. இங்கிலாந்தில் தேநீர் அருந்தும் வழக்கம் அதிகமாகி தேயிலையை அதிகளவில் இறக்குமதி செய்தார்கள். பதினெட்டாம் நூற்றாண்டின் மத்தியில் மூன்று மில்லியன் டன் தேயிலையை அவர்கள் இறக்குமதி செய்தார்கள். "இந்தத் தீமை எப்போது ஒழியும்?" என்று துண்டுப் பிரசுரங்களில் சாடும் அளவுக்கு அதிகம் இருந்தது.

இறக்குமதிக்கு ஈடாக ஏற்றுமதி செய்ய கம்பளியைத் தவிர அவர்களிடம் வேறொன்றும் ஆசியர்களுக்கு உபயோகமானதாக இல்லை. இந்தச் சமமின்மை இங்கிலாந்தில் வன்முறைப் போராட்டம் வரை சென்றது. நல்வாய்ப்பாக அமெரிக்காவை ஸ்பெயின் வென்றதால் ஐரோப்பிய வெள்ளியின் விலை ஆசிய வெள்ளியைவிடக் குறைவாக இருந்தது. எனவே ஈடாகக் கொடுக்க வெள்ளியையே பெரிதும் சார்ந்திருந்தார்கள். பின்னர் இந்தியா, பிரிட்டனின் இரும்பைக் கொள்முதல் செய்தது.

மதராஸ், பாம்பே, கல்கத்தாவில் கிழக்கிந்தியக் கம்பெனி வலுவாக கால் ஊன்ற ஆரம்பித்தது. உற்பத்தி, கொள்முதல், விற்பனை இவற்றுக்கு இடையே உள்ள இடைவெளியைக் குறைக்க முன்கூட்டியே ஒப்பந்தங்கள் இடப்பட்டன. நேராகக் கப்பலில் வந்து பொருள்களை வாங்குவது என்றில்லாமல் முறையாக இந்தத் தேதியில் இவ்வளவு பொருள் இந்த விலைக்குத் தரவேண்டும் என்று எழுதி ஒப்பந்தம் செய்துகொண்டு வர்த்தகம் செய்தனர். ஒப்பந்தம் இருந்தாலும் குறித்த நேரத்தில் தராமல் இருப்பது, தரமற்ற பொருள்களைக் கொடுப்பது, முன்பணம் வாங்கிவிட்டுக் காணாமல் போவது போன்ற சிக்கல்கள் எழுந்தன. ஆங்கிலேயர் தரப்பிலும் சொன்ன பணத்தைத் தராமல் இழுத்தடித்தனர். இதைத் தீர்க்க வேண்டிய உள்ளூர் ஆட்சியாளர்கள் பெரிதாக ஆர்வம் காட்டவில்லை. ஐரோப்பியக் கம்பெனிகளுக்கு இடையே இருந்த போட்டியைப் பயன்படுத்தி அரசு அதிகாரிகளும் வணிகர்களும் இந்தப் பக்கமும் அந்தப் பக்கமும் காசு பார்த்தனர். இதைக் கட்டுக்குள் கொண்டுவர வழக்குகளை விசாரிக்கும் அதிகாரத்தையும் தீர்ப்பு வழங்கும் அதிகாரத்தையும் கேட்டுப் பெற ஆரம்பித்தது கம்பெனி.

வர்த்தகம் என்ற நிலையில் இருந்து குத்தகைக்கு அல்லது விலைக்கு

நிலம் வாங்கி கோட்டை, அரண் அமைத்து பாதுகாப்பை உறுதி செய்தது. அந்த கம்பெனியைச் சாராத மற்றவர்கள் தங்கவும் வர்த்தகம் செய்யவும் வரி வசூலித்து நவாபுக்குப் பங்கு கொடுத்தது. இதனுடன் சட்டங்களை வகுக்கும் அதிகாரத்தைப் பெற்றதும் கொஞ்சம் கொஞ்சமாக அந்தப் பகுதியின் நிர்வாகம் முழுக்க அவர்கள் கைக்கு வந்தது. சாலை, நீதிமன்றம், காவல் போன்ற எல்லாற்றுக்கும் பொதுவாகப் பணம் வசூல் செய்து பணிகள் மேற்கொள்ளப்பட்டன. அதிகாரம் கூடியதும் சொந்த நலன்களை வைத்து முடிவெடுத்த ஆளுநர்கள், கேப்டன்கள், லெப்டினன்ட்கள், வணிகர்கள் அனைவரும் லஞ்சம் ஊழலுக்கு வழிவகுத்தார்கள். மற்றெல்லா ஐரோப்பிய கிழக்கிந்தியக் கம்பெனிகளும் கிடைத்த லாபம் போதும் என்று விடைபெற்றுக் கொள்ள ஆரம்பித்தன. பரந்து விரிந்திருந்த முகலாய அரசு வீழ்ச்சியடைகையில் கடைசியாக இந்தியா வந்த ஆங்கில, பிரெஞ்சுக் கம்பெனிகள் இந்தக் காலகட்டத்தைக் கச்சிதமாகப் பயன்படுத்தின. தங்கள் படைபலத்தையும் பணத்தையும் காட்டி அரசையும் நவாப்களையும் வளைத்துப் போட்டனர். இதையெல்லாம் செய்வதற்கு ஏதுவான அரசியல் சூழ்நிலை அப்போது இந்தியாவில் இருந்தது.

அது ஒரு கலவரக் காலம்

இப்போதிருக்கும் இந்தியா ஆங்கிலேயர்கள் வெளியேறிய பிறகு இருக்கும் வடிவம். அதற்கு முன்பு சிந்து நதிக்கு இந்தப் பக்கம் இருந்த பகுதி முழுக்க இந்துஸ்தான் என்றே அறியப்பட்டது. நர்மதைக்கு அடுத்திருந்த தென்னகப் பகுதிகளை தட்சிணம் என்று குறிப்பிட்டார்கள். அதுவும் சேர்ந்ததே இந்துஸ்தான். ஆங்கிலேயர்கள் வைத்த பெயரல்ல. முஸ்லிம்கள் வைத்த பெயர் இந்துஸ்தான். சிந்து நதியின் உச்சரிப்பு பெர்ஷிய மொழியில் ஹிந்து என்றாகி ஹிந்துஸ்தான் ஆக மாற்றம் பெற்று ஆங்கிலேயர்களால் சுருக்கப்பட்டு இந்தியா ஆனது. ஆனால் இந்தியா என்ற சொல் கல்வெட்டிலும் பிற நாட்டினர் எழுதிய பயண நூல்களிலும் ஏற்கெனவே இருக்கிறது. இச்சொல்லின் உறுதியான வரலாறு கிறித்து பிறப்பதற்கு 300 ஆண்டுகளுக்கு முன்பு பதிவு செய்யப்பட்டுள்ளது. உறுதிசெய்ய முடியாத கருத்தாக்கம் ஒன்றும் உள்ளது. பூர்வகுடிகளை குறிக்கப் பயன்படும் இன்டிஜெனஸ் என்ற சொல் இந்தியாவை ஒத்திருப்பதால் மனித வரலாறும் மொழியும் தோன்றிய லட்சக்கணக்கான ஆண்டுகள் வரலாறுடையது இந்தப் பெயர் என்பதே அந்த கருத்தாக்கம். பல முடியாட்சிகள் இருந்த இந்நாட்டில் ஆங்கிலேயர் வரும்போது இருந்தது முகலாயர் ஆட்சி.

South of subject to Mahratta Tribute
Sphere of French influence
French settlements underlined
British " "
Kabul
Khyber
AFGHANS
PUNJAB
Himalayas
Indus
Sutlej
MOGUL
Delhi
EMPIRE
RAJPUTANA
Lucknow
OUDH
Ganges
Gwalior
Patna
BENGAL
Plassey
Chandernagore
Calcutta
Indore
Baroda
MAHRATTA COUNTRY
Bombay
Hydgrabad
NIZAM
Yanaon
Goa
CARNATIC
MYSORE
Madras
Pondicherry
Ft St David
CEYLON
INDIA in 1750
J.F.H.
கர்நாடகப் பகுதிகள்

பதினெட்டாம் நூற்றாண்டு மத்தியில் க்ளைவ் காலத்து இந்தியாவில் வடக்கில் பெர்ஷிய நதீர் ஷா தன் ஆளுகையை விரிவுபடுத்தப் படையெடுத்துக் கொண்டிருந்தார். தெற்கில் ஆங்கிலேயர்களுக்கு வணிகம் செய்ய அனுமதி கொடுத்த நாயக்குகளின் விஜயநகரப் பேரரசு அழிந்திருந்தது. பின்னாளில் அவர்கள் வாரிசுகள் பாளையக்காரர்களாக ஆனார்கள். தென்னகத்தின் பெரும்பான்மையான பகுதிகள் நிஜாம் அல் முல்க் ஆளுகையின் கீழ் இருந்தது. நிஜாம் என்பது பெயரல்ல. பதவி. ராஜ்ஜியத்தின் ஆளுநர் என்று மொழிமாற்றம் செய்யலாம். முகலாய அரசர் அவுரங்கசீப் வழி வந்த நஸீர் அல் தின் முஹமத் ஷா ரோஷன் அக்தர் ஆட்சி தெற்கில் பரவி இருந்தது. மேற்கில் மராத்திய அரசர்கள் வலுவாக இருந்தார்கள். மராத்திய அரசு தெற்கிலும் சில பகுதிகளில் ஆட்சி அதிகாரத்தில் இருந்தது. மராத்தியர்களுக்கும் நிஜாம்களுக்கும் அவ்வப்போது போர்களும் நடந்தன.

இந்தக் காலகட்டம் அரசுரிமையில் பெரும் குழப்பங்கள் உடையதாக, நிலைத் தன்மை அற்றதாக இருந்தது. சோழமண்டலக் கடற்கரைக்கும் கிழக்குத் தொடர்ச்சி மலைகளுக்கும் இடைப்பட்ட நிலம் கர்நாடிக் எனப்பட்டது. வடக்கே ஆந்திர குண்டூரில் ஆரம்பித்து தெற்கே கன்னியாகுமரி வரை இருந்தது இதன் எல்லை. இன்றிருக்கும் கர்நாடக மாநிலம், இன்றைய தமிழ்நாட்டின் ஈரோடு, கோவை போன்ற மேற்கு மாவட்டங்களையும் சேர்த்து மைசூர் அரசாக இருந்தது. கர்நாடிக் பகுதி ஆற்காடு நவாப் ஆளுகையின் கீழ் இருந்தது. நவாப், நிஜாமுக்கு கீழான அதிகாரம் உடையவர். நவாப் தனக்குப் பிறகு தன் மகனையே நவாபாக அறிவித்தாலும், முகலாய அரசரிடம் முறையாக அங்கீகாரம் பெற வேண்டும்.

கர்நாடிக் பகுதியின் உள்ளே இருந்த திருச்சிராப்பள்ளி, தஞ் சாவூரை மராத்திய அரசர்களின் வழி வந்த சரபோஜி ராஜா 1 (1712-1728) ஆண்டு கொண்டிருந்தார். சதக்கத்துல்லா கான் (1710-1732) ஆற்காட் நவாப் ஆக இருந்தார். இவருக்கு வாரிசு இல்லை என சகோதரர் மகன்கள் தோஸ்த் அலியையும் பக்கர் அலியையும் தத்தெடுத்துக்கொண்டார். சதக்கத்துல்லாவுக்குப் பிறகு தோஸ்த் அலி நவாப் (1732-1740) ஆனார்.

தஞ்சாவூர் மன்னர் இறந்ததால் ஏற்பட்ட அரசுரிமைச் சிக்கலைப் (1736) பயன்படுத்திக்கொள்ள எண்ணிய நவாப் தோஸ்த் அலி, தன் மகன் ஸஃப்தர் அலியையும், தன் சகோதரன் பக்கர் அலியின் மருமகன் சந்தா சாஹிப்பையும் திருச்சிக்குப் படையெடுத்துச் செல்ல ஆணையிட்டார். போருக்குச் செல்லும் வழியில் சந்தா சாஹிப் சில நாள் மதராஸிலும் அதிக நாள் பாண்டிச்சேரியிலும் தங்கினார். இந்தச் சந்தர்ப்பத்தில் பாண்டிச்சேரியின் பிரெஞ்சு ஆளுநர் ட்யூப்ளெக்ஸுக்கும் சந்தா சாஹிபுக்கும் ஒரு புரிதல் ஏற்பட்டது. திருச்சிராப்பள்ளியை வென்ற பிறகு சந்தா சாஹிப் கட்டுப்பாட்டின் (1736-1741) கீழ் விட்டுவிட்டு ஸஃப்தர் ஆற்காடு திரும்பிவிட்டார். தனியாக ஆட்சி செய்ய விரும்பிய சந்தா சாஹிப் பொறுப்பில் நிர்வாகத்தைக் கொடுத்தது ஒரு தவறான முடிவு. சந்தா சாஹிப் பாண்டிச்சேரி ஆளுநர் ட்யூப்ளெக்ஸ் உடன் தன் நட்பைத் தொடர்ந்தார். ஆங்கிலேயர்கள் ஆற்காட் நவாபுடனும் அவர்தம் வழித்தோன்றல்களுடனும் தங்கள் நட்பைத் தொடர்ந்தனர்.

தஞ்சாவூர் மன்னருடன் நடந்த போரில் தோஸ்த் அலி கொல்லப்பட்ட பின் அவர் மகன் ஸஃப்தர் அலிகான் ஆற்காட் நவாப் ஆனார். அதற்குப்பின் நடந்த மராத்தியர் படையெடுப்பில் சந்தா சாஹிப் திருச்சிராப்பள்ளியை இழந்து சிறைக்குச் சென்றார். ஆற்காட் நவாப் ஸஃப்தர் அலி உயிருக்குப் பயந்து தப்பியோடினார். குடும்பத்தை மதராஸுக்கு அனுப்பிவைத்தார். ஆங்கிலேயர்கள் அவர்களை கருப்பர் நகரத்தில் ஒளித்து வைத்திருந்து உதவி புரிந்தனர். ஸஃப்தர் அலி கொல்லப்பட்ட பிறகு அவர் மகனை ஆற்காட் நவாப் என அறிவித்து அரசாளும் வயதில்லை என அன்வாருதீனைக் கொண்டு ஆட்சியைத் தொடரவைத்தது கம்பெனி.

1743-ஆம் ஆண்டு நடந்த திருச்சிராப்பள்ளி முற்றுகையில் நிஜாமுக்கே வெற்றி கிடைத்தது. தஞ்சாவூர் அதன் பிறகும் மராத்திய அரசின் கீழ் இருந்தது என்றாலும் மொத்த கர்நாடிக் பகுதியில் நிஜாம் கைதான் ஓங்கியிருந்தது. ஸஃப்தர் அலியின் மகனும் கொல்லப்பட்டு 1744-ல் அன்வாருதீன் ஆற்காட் நவாப் ஆனார். ஆங்கில வரலாற்று நூலாசிரியர் ராபர்ட் ஓர்ம் அன்வாருதீனுக்கு முந்தைய நவாப்கள் வரிசை முகலாய அரசர்களிடம் அங்கீகாரம் பெறாமலே இருந்தது என்று

குறிப்பிட்டுள்ளார். அன்வாருதீன் முகலாய அரசரின் அங்கீகாரம் பெற்றிருந்தாலும் சந்தா சாஹிப் மற்றொரு கிளையாக உரிமை கோரினார். பிரெஞ்சு ஆதரவு சந்தா சாஹிபுக்கு இருந்தது. அன்வாருதீன் ஆங்கிலேயர்களுடன் நல்ல புரிதலில் இருந்தார்.

ஆஸ்திரியப் போரில் ஈடுபட்டிருந்த பிரெஞ்ச், பிரிட்டிஷ் இரு நாடுகளும் இரு நவாப்கள், மராத்திய ராஜாக்களுடன் பல்வேறு காலகட்டங்களில் இணைந்தும் பிரிந்தும் போட்டுக்கொண்ட சண்டைகள் கர்நாடகப் போர்கள் எனப்பட்டன. மூன்று கர்நாடகப் போர்கள். இதன் காலம் ***(1744-1748), (1749-1754), (1756-1763)***. வடக்கை மையமாகக் கொண்டு ஆட்சி நடத்திய அரசுகள் தென்கோடி எல்லை வரை தங்கள் அரசை நிர்மாணிப்பதும் நிர்வகிப்பதும் சாத்தியமில்லை. தூரம்தான் காரணம். எனவே இங்கு சிறிய அளவில் சிக்கல்கள், போர்கள் நடக்கும் போது டெல்லி அரசுகள் பெரிதாக கவனம் செலுத்துவதில்லை. அதுமட்டுமின்றி அவுரங்கசீப்புக்குப் பிறகு வலுவான அரசர் இல்லாததும் ஒரு காரணம். கர்நாடகப் போர்கள் ஆங்கிலேய ஆக்கிரமிப்பை தென்கோடி எல்லையில் இருந்து ஆரம்பித்தன. புதிய வரலாறு எழுதப்பட்டது.

வரலாறு தொடங்கிய இடம்

இந்தியாவுக்கு வந்த ஐரோப்பியர்கள் முதலில் மேற்குக் கடற்கரையோர நகரங்களில்தான் வணிக மையங்களும் கோட்டைகளும் கட்டினார்கள். கோழிக்கோடு, கொச்சின், கோவா, டையூ, சூரத் வணிக மையங்கள் மூலம் கொழுத்த லாபம் பார்த்தார்கள். இந்தியக் கிழக்கு கடற்கரை நகரங்களிலும் தங்களுக்குத் தேவையான பொருள்கள் கிடைக்கும் இடத்தைத் தேடி வணிக மையங்களை நிறுவினார்கள். இந்தோனேஷியா, சீனா, ஜப்பான் நாடுகள் வரை நீண்ட இவர்கள் பயணத்துக்கும் இந்த ஃபேக்டரிகள் உதவின. சோழமண்டலம் என்ற சொல்லில் இருந்து கோரமண்டல் கடற்கரை என்று பெயர் வந்தது. சோழர்கள் ஆட்சியிலும் பல்லவர்கள் ஆட்சியிலும் இந்த நிலம் செழிப்புடன் இருந்தது. பல்லாவரத்தில் கற்காலத்தின் தொல்லியல் எச்சங்கள் கிடைத்துள்ளன. அவ்வளவு பழைய வரலாறு கொண்டது சென்னை. ஒன்றுமில்லாத இடத்தில் கட்டி எழுப்பப்பட்ட நகரம் அல்ல. கடற்கரையோரக் குப்பங்களுடன், கிராமம், நகரம், காடு என்றிருந்த பகுதி. ஆனால் சென்னை பெருநகரமாக உருவெடுத்தது ஆங்கிலேயர்களால்தான். பல்லாவரத்தின் சிறப்பை முதலில் கண்டறிந்ததும் ஒரு ஆங்கிலேயரே.

1600-ஆம் ஆண்டில் கம்பெனி தொடங்கிய ஆங்கிலேயர்கள் 1608-ஆம் ஆண்டு முதன்முறையாக சூரத் வந்தடைந்தார்கள்.

மசாலாவுக்கு மாற்றாக பருத்தியைக் கொடுக்க வேண்டி இரண்டாம் நிலை வணிகத்துக்கே இந்தியா வந்தார்கள். 1612-ஆம் ஆண்டு சூரத் அருகே சுவாலி போரில் போர்ச்சுகீசியக் கப்பல்களைத் தோற்கடித்தது பிரிட்டிஷ். இதைத் தொடர்ந்து சூரத் நகரில் வணிகம் செய்ய அனுமதி கிடைத்தது. கிட்டதட்ட 10 முறை இந்தியாவுக்கு பயணம் செய்து கிடைத்த முன்னேற்றம் அது. சர் தாமஸ் ரோ (1615-1618) முகலாயர்களுடன் செய்து கொண்ட ஒப்பந்தம் வணிகம் செய்யவும் ஃபேக்டரி அமைத்துக் கொள்ளவும் அனுமதித்தது. அதற்குப் பதிலாக முகலாய அரசரின் எதிரிகளைக் கடலில் சந்திக்க வேண்டும். இந்தியக் கப்பல் படையின் தோற்றம் இப்படித்தான் ஆரம்பித்தது.

இந்தோனேசியாவில் வணிகப் போட்டி எளிதாக இல்லை. குறிப்பாக 1623-ஆம் ஆண்டு நடந்த அம்போனியா படுகொலைக்குப் பிறகு. தனக்கெதிராகச் சதி செய்தார்கள் என்று சொல்லி தலா பத்து ஆங்கில, ஜப்பான் வணிகர்களையும் ஒரு போர்ச்சுகீசிய வணிகரையும் டச்சுக்காரர்கள் கொன்ற நிகழ்வு அம்போனியா படுகொலை. இதனால், ஆங்கிலேய கிழக்கிந்தியக் கம்பெனி இந்தியாவைத் தாண்டி செல்லாமல் இங்கு மட்டுமே அதிக கவனம் செலுத்துவது என்ற முடிவுக்கு வந்தது. ஜாவாத் தீவில் இருந்த பண்டம் (Bantam) மற்றும் இந்திய மேற்குக் கடற்கரையில் இருந்த சூரத். இந்த இரண்டும்தான் முதன்மையான ஆங்கிலேய செட்டில்மெண்ட்கள். தலைவரும் ஒரு குழுவும் இணைந்து இவற்றை நிர்வகித்தார்கள். தெற்கே இருந்த மசூலிப்பட்டினம் (1611) ஃபேக்டரியில் உற்பத்தி எதுவும் நடக்கவில்லை. கிடங்கு அறைகள், அலுவலகம், தங்கும் அறைகள் கொண்ட கட்டடத்தை ஃபேக்டரி என்றழைத்தார்கள். இது அவ்வப்போது சூரத் தலைமையின் கீழும் சில சமயம் பண்டம் தலைமையின் கீழும் செயல்பட்டது.

மசூலிப்பட்டினத்தில் மற்ற ஐரோப்பியர்களும் தங்கள் மையங்களை ஏற்கெனவே நிறுவியிருந்தார்கள். தங்களுக்கெனத் தனியாக ஒரு வலுவான கோட்டையின் அவசியத்தை உணர்ந்த ஆங்கிலேயர்கள் அதற்கான வாய்ப்புகளைத் தேட ஆரம்பித்தார்கள். ஆள் அரவமில்லாத இடத்தில் கோட்டை கட்டிப் பயனில்லை. சந்தையும், சரக்கும் அதை உற்பத்தி செய்யும் மக்களும் நிறைந்த இடம்தான் ஏற்றது. எனவே

ஏற்கெனவே போர்ச்சுகீசு, டச்சு வணிகர்கள் வணிகம் செய்யும் இடத்துக்கு அருகிலேயே தேட ஆரம்பித்தார்கள். பழவேற்காட்டில் *1621* ஆம் ஆண்டு ஒரு ஒப்பந்தம் உண்டாகி பின்னர் ரத்தானது. அங்கிருந்து *36* மைல் தொலைவில் ஆர்மகானில் *(1626)* ஃபேக்டரியும் சிறு கோட்டையும் கட்டப்பட்டது. கோல்கொண்டா ஆட்சியாளர்களுடன் ஏற்பட்ட பிணக்கால் அங்கும் நிலைக்க இயலவில்லை. இன்னும் தெற்கே நகர்ந்து செல்ல நினைத்தார்கள்.

1639-ஆம் ஆண்டு ஆர்மகான் (துர்கராயன்பட்டினம்) தலைவர் பிரான்சிஸ் டே, மசூலிப்பட்டினத்தின் கம்பெனி ஏஜென்ட் தாமஸ் க்ளார்க் இடையே ஏற்பட்ட குழப்பத்தைத் தீர்க்க, பட்னத்தில் இருந்து மேலதிகாரி தாமஸ் ஐவி கிளம்பிவந்தார். அவர்தான் புதிய செட்டில்மெண்ட் ஒன்றை அடையாளம் காண வேண்டும் என்று பிரான்சிஸ் டேவுக்கு உத்தரவிட்டவர். இதற்கான முயற்சியில் இரண்டு வருடம் முன்பே பிரான்சிஸ் டே ஒரு பயணத்தை மேற்கொண்டிருந்தார்.

மசூலிப்பட்டினத்தில் இருந்து பாண்டிச்சேரி வரை அவர் செய்த பயணத்தை டச்சு ஆவணங்கள் பதிவு செய்துள்ளன. சாந்தோமே தேவாலயத்திற்கு மூன்று மைல் தொலைவில் இருந்த மதராஸ்பட்டினத்தை டே கண்டடைந்தது அப்படித்தான். ஒரு பக்கம் கடலும் இரு பக்கத்தில் ஆறுகளும் அரணாக இருக்க நடுவில் இருந்த இடம் இயற்கையாகவே பாதுகாப்பாக இருந்தது. டே இந்த இடம் புதிய கோட்டைக்குச் சரியாக இருக்கும் என முடிவெடுத்தார். இந்தக் கதையெல்லாம் தெரியாத சூரத், ஆண்ட்ரூ கோகனைச் சோழமண்டலத்துக்கு அனுப்பிவைத்தது. யார் அதிகாரப்பூர்வமான ஏஜெண்ட் என்பதில் விவாதம் உண்டானது. பிறகு கோகன் அதிகாரப்பூர்வ கம்பெனி ஏஜெண்டாக ஒப்புக்கொள்ளப்பட்டார். தாமஸ் ஐவி அடுத்த கப்பல் பிடித்து பண்டம் போய்விட்டார்.

பிரான்சிஸ் டே மதராஸ்பட்ணத்தின் அருமை பெருமைகளை விளக்கி எழுதிய கடிதத்தில் நாயக், வணிகர்கள், வரைகலைஞர்கள், நெசவாளர்களைச் சந்தித்ததை குறிப்பிட்டுள்ளார். துணியின் தரத்தைப் புகழ்ந்து விலை மிகக் குறைவாக இருப்பதையும் தெரிவித்துள்ளார். 'பிலீவ் மீ என்று அவர் எழுதிய இந்தக்

கடிதத்தில் ஜூலை 23ல் இருந்து 27 வரை மதராஸ் பயணம் சென்றதாக குறிப்பிடப்பட்டுள்ளது. நாயக்குகளுடன் செய்த ஒப்பந்தத்தில் ஜூலை 22 என்று என்றுள்ளது. மாதம் தவறாகக் குறிப்பிட்டிருக்கலாம் என்ற யூகத்தின் அடிப்படையில் ஒப்பந்தத்தில் இருக்கும் 1639-ஆம் ஆண்டு ஜூலை மாதம் 22 என்ற தேதியை விடுத்து ஆகஸ்ட் 22-ஆம் நாளை சென்னை தினமாகக் கொண்டாடுகிறோம்.

ஒப்பந்தத்துக்குப் பிறகே இந்த ஐந்து நாள் பயணத்தை டே மேற்கொண்டார். எனவே ஜூலை 22 சரியான தேதிதான் என்று சொல்வோரும் இருக்கிறார்கள். மார்ச் மாதமே ஒப்பந்தம் பொன் தகட்டில் பொறிக்கப்பட்டது. என்றும் சிலர் சொல்கிறார்கள். எச்.டி.லவ் நூலில் கோகன் மீது நடைபெற்ற விசாரணை தொடர்பான ஆவணங்களில் இந்தத் தேதி வருகிறது. இவ்வளவு குறைவான வியாபாரம் நடைபெறும் இடத்தில் தேவையில்லாமல் கோட்டையைக் கட்டித் தண்டச்செலவு செய்தீர்கள் என்று குற்றம் சாட்டப்பட்டு நடந்த விசாரணை அது. கோகனின் பதிலில், “1639 மார்ச் 1 ஆம் தேதியில் இருந்து 1643 ஜூன் 30 வரை புனித ஜார்ஜ் கோட்டை கட்டடங்களுக்காக 9,250 புதிய பகோடாக்கள் செலவாகின” என்று குறிப்பிடப்பட்டுள்ளது.

இந்த தேதிக் குழப்பம் போலப் பெயர் வந்த காரணத்துக்கும் நிறைய கருத்துகளும் வாதங்களும் உள்ளன. முத்தையாவின், ‘சென்னை- மறு கண்டுபிடிப்பு’ நூலில் சிலதை மட்டும் வடிகட்டி முன்வைத்துள்ளார். கோட்டையின் அருகில் இருந்த கிராமத்தின் பெயர் மாதராஸ்பட்னம். அதன் ரோமன் கத்தோலிக்கத் தலையாரியின் பெயர் மாதராஸன். ஆங்கிலேயருக்கு இந்த நிலத்தை மானியமாக்கத் தரகர் வேலை பார்த்த திம்மப்பா இந்த மாதராஸனின் வாழைத்தோப்பைப் பேரம் பேசும்போது ஃபேக்டரிக்கு மாதராஸன்பட்டினம் என்ற பெயரை வைப்பதாக உறுதியளித்தாராம். சரி, அக்காலத்தில் இங்கு பேசிக்கொண்டிருந்த மொழிகள் தமிழும் தெலுங்கும். அதற்குச் சம்பந்தம் இல்லாத மதராஸ் என்ற சொல் எங்கிருந்து வந்தது?

சாந்தோமே தேவாலயத்தின் பெயர் மாத்ரெ தெ தியோஸ் (Madre de Dios). கடவுளின் தாய் என்பது பொருள். இந்த

மாதா தேவாலயத்தில் தொழுத மீனவர்கள் தங்கள் குப்பத்துக்கு இந்த பெயரைச் சூட்டியிருக்கலாம். தலையாரியும் இந்த பெயரை எடுத்தாண்டிருக்கலாம். இன்னொரு சாத்தியம் அங்கு வாழ்ந்த போர்ச்சுகீசிய தர்மகர்த்தாக்களின் பெயரைக் குப்பமும் தலையாரியும் எடுத்துக்கொண்டனர் என்பது. அக்காலத்தில் பணக்காரக் குடும்பங்கள் முழுக் கிராமங்களுக்கும் உரிமையாளர்களாக இருந்துள்ளனர். 1920-ல் சாந்தோமே தேவாலயத்தில் பூசையறை கட்டத் தோண்டியபோது சமாதிக் கல் ஒன்று கண்டுபிடிக்கப்பட்டது. 1637-ல் அங்கு கோயில் கட்டிய மானுவேல் மாத்ராவைப் பற்றி அதில் எழுதி இருந்தது என்பதை இதற்கு ஆதாரமாகக் கொள்ளலாம். ஆனால் அதற்கு முந்தைய காலத்து ஆதாரம் ஒன்றும் இருக்கிறது. சமீபத்தில் கிடைத்தது.

2014-ஆம் ஆண்டு கிடைத்திருக்கும் தகவலின்படி அது தமிழ்ச் சொல்தான் என்று சில ஆய்வாளர்கள் சொல்கிறார்கள். பென்னாறு ஆற்றங்கரையில் காவேரிப்பட்டினத்திற்கு தெற்கே பன்னேஸ்வர மடத்தில் கண்டெடுக்கப்பட்ட 1367, ஜூலை 21 ஆம் தேதியிட்ட கல்வெட்டைப் பற்றி, இந்திய வரலாற்று ஆய்வுக்கழகம் (ICHR) பதிப்பித்துள்ளது. புதுப்பட்டினம், நீலாங்கரைப் பட்டினத்துடன் ‘மாதரசன் பட்டினம்’ என்ற பெயரும் இதில் இருக்கிறது. எனில் சாந்தோமே சமாதிக் கல்லுக்கும் முன்பே இந்தப் பெயர் இருந்துள்ளது.

புனித தோமையாரின் கால்பட்ட இடத்தில் டெஸ்கான்கோ தேவாலயம் கட்டிய காஸிமோ மதேரா, சென்னை அரசாங்கத்துக்குக் கடன் கொடுத்த திருமதி மதீராஸ்கூட பெயர்க் காரணங்களாக இருக்கலாமே என்ற கேள்வியை எழுப்புகிறார் முத்தையா. பாரசீக மொழியில் முஸ்லிம் கல்விக்கூடம் மதரஸா எனப்படுகிறது. கோட்டையின் அருகில் மதரஸா இருந்ததும் காரணமாக இருக்கலாம் எனப்படுகிறது. கர்நாடக நவாப் சரித்திரங்களில் வரும் மஹராஸ் குப்பம், மரக்காயர் எனும் முஸ்லிம் மாலுமிகள் இருந்த மரக்காயர் குப்பத்தின் திரிபு எனவும் ஒரு வாதம் இருக்கிறது. கப்பலைத் தமிழில் மரக்கலம் என்றும் அரபியில் மர்கப் என்றும் சொல்கிறோம். திருவல்லிக்கேணி ராயப்பேட்டை பகுதிகளில் உள்ள முஸ்லிம்

குடியிருப்புகள் பின்னர் தோன்றியவைதான் என்பது இந்த வாதத்துக்கு வலு சேர்க்கவில்லை.

நிர்வாக ரீதியாக இந்த நிலத்தை மானியமாக வழங்கும் உரிமையுள்ள சந்திரகிரி ராஜாவின் உள்ளூர் நாயக்குகளான தாமர்லா சகோதரர்கள், தங்கள் தந்தை சென்னப்ப நாயக் நினைவாக சென்னைப்பட்டினம் என்று பெயரிட விரும்பியிருக்கலாம் என்ற கருத்தை வரலாற்று ஆர்வலர் ஸ்ரீராம் மறுக்கிறார். தாமர்லா வம்சத்தை ஆராய்ந்தால் சென்னப்ப என்ற பெயரே இல்லை என்கிறார்.

நகரம் உருவான நாள் இல்லை என்றாலும் ஆகஸ்ட் 22-ம் நாள் சென்னை தினமாகக் கொண்டாடப்படுகிறது. அதைப்போலப் பெயரின் வேர்ச்சொல்லும் காரணமும் எதுவாக இருந்தாலும், எல்லா மொழியிலும் சென்னை என்பதே இம்மாநகரத்தின் இன்றைய பெயர்.

அதிகாரம் III:

நகரின் வளர்ச்சி

மதராஸ் மறுநிர்மாணம்

ஆஸ்திரிய வாரிசுரிமைப் போர் முடிந்து 1749-ஆம் ஆண்டு மதராஸ் திரும்ப ஆங்கிலேயர்களிடம் ஒப்படைக்கப்பட்டது. போரில் கேவலமாகத் தோற்றுப்போன அனுபவம் மதராஸில் சிறந்த படையணி ஒன்றை உருவாக்கி, கோட்டையைப் பலப்படுத்த வேண்டியதன் அவசியத்தை ஆங்கிலேய அரசுக்கு உணர்த்தியது. யானை, குதிரை, பல்லாயிரம் வீரர்கள் இருந்தாலும் பீரங்கிகளின் முன்பு ஒருங்கிணைப்பு குலைந்து தோல்வியடையும் இந்தியப் படைகள் பற்றி அறிந்துகொண்டது கூடுதல் பலம். மதராஸ் படை உருவாக இதைவிடத் தகுந்த சூழ்நிலை வரலாற்றில் வேறெப்போதும் அமைந்திருக்காது. இந்தப் படைக்கு மேஜர் ஸ்ட்ரிங்கர் லாரன்ஸ் இட்ட அடித்தளம் பின்னாளில் இந்திய ராணுவமாக மாறியது.

1660-ல் ஆரம்பிக்கப்பட்ட மதராஸ் ஐரோப்பிய ரெஜிமண்டை லாரன்ஸ் முறையாக வரையறுக்கப்பட்ட பட்டாளமாக மாற்றினார். மூன்று ட்ரம்மர்கள், நான்கு சார்ஜன்ட்களும் படைத் துறை அலுவலர்களும் (corporals) அடங்கிய குழுவை வழிநடத்தும் மூன்று அதிகாரிகள் கொண்டது ஒரு கம்பெனிப் படை. ஏழு கம்பெனிப் படை சேர்ந்தால் ஒரு பட்டாளம். ஐரோப்பியருக்கு ஒன்று, இந்திய சிப்பாய்க்கு ஒன்று என

இரு பட்டாளங்கள் சேர்த்து ஒரு ரெஜிமண்ட். இவர்களுக்கு முறையான பயிற்சியளிக்கப்பட்டது.

இப்படியான பல கம்பெனிப் படைகளைச் சேர்த்து மதராஸ் ரெஜிமண்டை உருவாக்கினார் லாரன்ஸ். க்ளைவ் உள்ளிட்ட பல பிரிட்டிஷ் தலைமைகளின் கீழ் இந்தப் படை தீரத்துடன் போரிட்டது. பல பெயர்கள் மாறி இந்திய வடக்கு மாநிலத்தின் படைகள் சர்கார் (Circar), என்றும் தெற்கு மாநிலப் படைகள் கர்நாடிக் என்றும் இருந்தது. பிரிட்டிஷ் ஆட்சியின் விஸ்தீரணம் அதிகரித்தபோது அனைத்துப் படைகளும் ஒரு குடையின் கீழ் வந்தன. இந்து, முஸ்லிம் எனப் பிரித்தாளும் கொள்கை பிரிட்டிஷின் சூழ்ச்சி எனப்படுவதுண்டு. குறுநில மன்னர்களால் ஆளப்பட்டுக் கொண்டிருந்த தேசத்தை இந்தியா என்று சேர்த்தது பிரிட்டிஷ். பல்வேறு விதமான வழிபாட்டு முறைகள் கொண்ட பூர்வகுடி மக்களை இந்து என்ற ஒற்றை மதத்தின் கீழ் சேர்த்தது. தனித்தனி குறுநில நாடுகளின் வீரர்களை ஒரே ராணுவத்தின் கீழ் ஒன்று சேர்த்தது. இந்தக் கோணத்தில் பார்க்கையில் சேர்த்தாள்வதுதான் அவர்கள் செய்த சூழ்ச்சியோ என்று தோன்றுகிறது.

இந்திய ராணுவத்தில் தற்போதும் மதராஸ் ரெஜிமண்ட் இருக்கிறது. மதராஸ் முதலில் ஆங்கிலேய அரசின் கீழ் வந்தபிறகு இங்கு நடந்த போர்களின் எண்ணிக்கை குறைந்தது. ஆனால் வட இந்தியாவில் இதன் பிறகே, அதிகளவு போர்கள் நடந்து அங்கிருக்கும் வீரர்கள் அதிகளவில் படையில் இணைந்ததால் பஞ்சாப் உள்ளிட்ட வடக்கு ரெஜிமண்ட்கள் அளவுக்கு மதராஸ் ரெஜிமண்ட் வளரவில்லை. என்றாலும் ஆரம்பக் காலத்தில் மதராஸ் படைத் திறனால் பல வெற்றிகள் கிடைத்தன. நம் நிலத்தைப் பிடுங்கிக் கொள்ள நம்முடைய வீரம் பயன்பட்டதை நினைத்துப் பெருமைப்படுவதா பரிதாபப்படுவதா எனத் தெரியவில்லை. க்ளைவ் போன்ற ஆங்கிலேயர்களுக்குப் பணமும் புகழும் கிடைத்தது. தீரத்துடன் போரிட்டு உயிரிழந்த நம்முடைய மதராஸ் வீரர்களின் பெயர்கள்கூட நமக்குத் தெரியாது.

தஞ்சாவூர்ப் போரில் க்ளைவ் புத்திசாலித்தனமாக படையை வழிநடத்தி கோட்டையைக் கைப்பற்ற உதவினாலும்

கம்பெனியின் பணப் பற்றாக்குறையால் அவருக்கு கேப்டன் பதவி கிடைக்காமல் போனது. லாரன்ஸ் ஆதரவு இருந்ததால் ஒப்பந்தகளில் நல்ல கமிஷன் வருமானம் கிடைக்கும் பதவி ஒன்று கிடைத்தது. மதராஸ் திரும்ப ஒப்படைக்கப்பட்டாலும் பிரெஞ்ச் - பிரிட்டிஷ் இடையே நடந்த கர்நாடகப் போர்கள் தொடர்ந்தன. ஹைதராபாத் நிஜாம் இறந்த பிறகு அவர் மகன் நசீர் ஜங், மகள் வழிப்பேரன் முஸாஃபர் ஜங் இடையே யார் ஆட்சிக்கு வருவது என்று சண்டை மூண்டது. இதைப் பயன்படுத்திய சந்தா சாஹிப் ஆற்காடு நவாபாக இருந்த அன்வாரூதினுக்கு எதிராக சதித்திட்டம் தீட்டினார். இதனால் நடந்த இரண்டாம் கர்நாடகப் போரில் (1749 - 1754) ஹைதர் அலி, சந்தா சாஹிப்புக்கும் பிரெஞ்சுக்கும் ஆதரவாகச் சாதாரண படைத் தலைவராக பங்கேற்றார். பிற்காலத்தில் மைசூர் சுல்தானாக முடி சூட்டிக்கொண்டார் இவர். ஆற்காட்டுப் போரில் (1749) நவாப் அன்வாருதீன் இறந்தபிறகு பதவி உரிமை பெற்ற அவர் மகன் முஹமத் அலி கான் வாலாஜா, முழுக்க முழுக்க பிரிட்டிஷ் அதிகாரிகள் வழிகாட்டலில் தன் முடிவுகளை எடுத்தார்.

அவ்வப்போது உடல் நலக்குறைவால் பாதிக்கப்பட்ட க்ளைவ் உடல்நிலை மோசமடைந்தது. தன் நெடுநாள் கனவான பெங்காலுக்குச் செல்லும் வாய்ப்பு இதனால் அவருக்குக் கிடைத்தது. உடல்நிலை தேறும்வரை பெங்காலில் ஓய்வில் இருந்தார். க்ளைவ் செய்த வீரதீரப் போர் சாகசங்களை தன் நூலில் எழுதிய ராபர்ட் ஓர்ம் நட்பு கிடைத்தது அங்குதான். ஒரு வருட காலம் பெங்கால் வாசம் முடிந்து வந்த க்ளைவ் 2.0 முழு வேகத்தில் இருந்தார். திருச்சிராப்பள்ளியில் இருந்த நவாப் வாலாஜாவுடன் போர் புரிய ஆற்காட்டில் இருந்து சந்தா சாஹிப் கிளம்பிச் சென்றார். வழக்கம் போல க்ளைவ் தானாக முன்வந்து இது நல்ல சந்தர்ப்பம் என்றும் தன் தலைமையில் ஒரு படையை அனுப்பினால் ஆற்காடு செல்ல விரும்புகிறேன் என்றும் தெரிவித்தார்.

200 ஐரோப்பியர்களும் 300 இந்திய சிப்பாய்களும் இருந்த இப்படையை வழிநடத்திய அதிகாரிகள் எட்டு பேரில் நான்கு பேர் க்ளைவைப் போல சிவிலியன்கள்தான். மூன்று சிறிய ரக

பீரங்கிகளை எடுத்துச் சென்றார்கள். இவர்கள் வரும் தகவல் அறிந்து போட்டது போட்டபடி ஆற்காடு கோட்டையை விட்டுவிட்டு வீரர்கள் அனைவரும் ஓடிவிட்டார்கள். மிகப் பெரிய ஆங்கிலப் படை வருகிறது எனத் தவறான தகவலை ஒற்றன் தெரிவித்ததால்தான் எதிர்த்து நிற்காமல் ஓடிவிட்டார்கள் என ராபர்ட் ஓர்ம் குறிப்பிடுகிறார். இருபத்து மூன்றாம் புலிகேசிக்குக் கிடைத்த மாதிரி ஒற்றன் போல.

படை நடத்தி வந்த க்ளைவ் எந்தச் சிரமமும் இன்றி கோட்டையைப் பிடித்துவிட்டார். ஆனால் படையின் உண்மையான அளவு தெரிந்ததும் போனவர்கள் எல்லாம் திரும்பிச் சண்டைக்கு வந்துவிட்டார்கள். சந்தா சாஹிப் ஆயிரக்கணக்கான வீரர்களைத் தன் மகன் தலைமையில் அனுப்பினார். பிரெஞ்ச் வீரர்கள் படையும் இணைந்து கொண்டது. அவ்வப்போது வெளியில் வந்தும் பெரும்பாலும் கோட்டைக்குள் இருந்தும் தாக்குதலை எதிர்கொண்டது மிகச் சிறிய க்ளைவ் படை. கோட்டைக்குள் எதையும் பறித்து (looting) உடைமையாக்கக் கூடாது என உத்தரவிட்டதால் உள்ளே இருந்தவர்கள் ஆதரவு இருந்தது என்றும் உணவுக்குச் சிக்கலில்லை என்றும் ஒரு தகவல் உள்ளது. இன்னொரு தகவல் சாப்பிடக்கூட உணவில்லாமல் க்ளைவ் தலைமை மீதிருந்த அன்பால் இந்திய வீரர்கள் அரிசிச் சாப்பாட்டை ஆங்கிலேயர்களுக்குக் கொடுத்துவிட்டு சாதம் வடித்த கஞ்சியைப் பருகினார்கள் என்றும் உள்ளது. இதில் எது உண்மையோ தெரியாது. ஆனால் நோயினாலும் போர்க் காயங்களாலும் பலர் இறந்தது உண்மை. வெளியில் இருந்த எதிரித் துருப்புகளும் புயல், மழை, வெள்ளத்தால் நிலை குலைந்தனர்.

ஐம்பத்து மூன்று நாட்கள் தாக்குப் பிடித்த இந்த ஆற்காடு முற்றுகை இங்கிலாந்தில் ராபர்ட் க்ளைவை ஒரு வரலாற்று நாயகனாக உயர்த்தியது. மதராஸ் திரும்பியவர் ஜார்ஜ் கோட்டையில் இருந்த புனித மேரி தேவாலயத்தில் மார்கரெட்டை **1753**-ஆம் ஆண்டு திருமணம் செய்துகொண்டார். உடன் பணிபுரிந்த ஜான் வால்ஷின் சகோதரர் ஜோசப் வால்ஷ் மனைவி வழி உறவாக இருக்கலாம் என எச்.டி.லவ் குறிப்பிட்டுள்ளார்.

மதராஸில் ஒரு வருடம் க்ளைவ் இல்லத்தில் தங்கினார். மனைவியை அழைத்துக் கொண்டு, அதுவரை சம்பாதித்த பணத்துடன் இங்கிலாந்து சென்று குடும்பம் நடத்தியவர் அங்கே அரசியலில் ஈடுபட்டார். தேசிய ஹீரோவாக இருந்தாலும் அரசியல் எண்ணம் சிறப்பாக ஈடேறவில்லை. கடலூர்க் கோட்டை ஆளுநராக மீண்டும் (1755) இந்தியா வந்தார். வாய்ப்புக் கிடைத்த உடனே மதராஸ் படையுடன் கல்கத்தா கிளம்பினார். கல்கத்தாவின் ப்ளாக் ஹோல் சம்பவம் அந்த வாய்ப்பை ஏற்படுத்தியது.

கல்கத்தாவில் கோட்டை கட்டுவதை நிறுத்துமாறு சிராஜ் உல் தௌலத் இட்ட உத்தரவை பிரெஞ்ச் கேட்டுக்கொண்டது. பிரிட்டிஷ் அதிகாரிகள் காதில் போட்டுக்கொள்ளவில்லை. அவர்களுக்கு நல்ல பாடம் கற்பிக்க நினைத்த சிராஜ் உல் தௌலத் 146 பேரைச் சிறைபிடித்து பதினான்குக்கு பதினெட்டு அடி அளவுள்ள ஓர் இருட்டறையில் அடைத்து வைத்தார். ஒரே இரவில் 126 பேர் மாண்டு போன இந்தச் சம்பவம் ப்ளாக் ஹோல் ஆஃப் கல்கத்தா எனப்படுகிறது. இதற்குப் பதிலடி கொடுக்கக் க்ளைவைப் படையுடன் அனுப்ப வேண்டும் என்ற யோசனையை முன்வைத்தது ராபர்ட் ஓர்ம். சிராஜ் உல் தௌலத் படையில் ஒரு பகுதி போரிடாமல் வேடிக்கை பார்க்க, பிரிட்டிஷ் தரப்பில் மிர் ஜாபரிடம் பேரம் பேசப்பட்டிருந்தது. கொடுத்த வாக்கை அவர் காப்பாற்றுவாரா என்று தெரியாவிட்டாலும் க்ளைவ் துணிச்சலாகப் படையை நடத்திச் சென்று போரிட்டார். சொன்னது போல மிர் ஜாபர் போரிடாமல் விலகிவிட மாபெரும் வெற்றி பெற்ற க்ளைவ், அவெஞ்சராகக் கொண்டாடப்பட்டார். 1757-ல் நடந்த இந்த பிளாஸிப் போர் மற்றுமொரு நம்ப முடியாத வெற்றி அத்தியாயம். பின்னர் கல்கத்தா கவர்னராகவும் க்ளைவ் பொறுப்பேற்றுக் கொண்டார். க்ளைவின் வெற்றிகளில் மதராஸ் படை பெரும்பங்காற்றியது.

சென்னையைப் பொறுத்தவரை, மதராஸ் படை மட்டுமின்றி எல்லாத் துறைகளிலும் வளர்ச்சியும் மாற்றமும் உண்டானது. ஏற்கெனவே நல்லபடியாகச் செயல்பட்டுக் கொண்டிருந்த கல்வி, மருத்துவம் போன்ற துறைகள் இன்னும் மேம்பாடு கண்டன.

கலங்கரை விளக்கம், அச்சுத்துறை போலச் சில புது முயற்சிகளும் மேற்கொள்ளப்பட்டன. 'மதராஸ் ஒரு நகரமல்ல. சில கிராமங்களின் தொகுப்பு' என்று பத்தொன்பதாம் நூற்றாண்டுப் பயணியின் குறிப்பொன்று, 'சென்னை மறுகண்டுபிடிப்பு' நூலில் உள்ளது. எனவே சென்னை குறிப்பாக எந்த காலகட்டத்தில் நகரமானது என்று நிறுவ முடியாது. பிரெஞ்சிடம் இருந்து ஆங்கிலேயர் திரும்ப மதராஸைப் பெற்ற பிறகு, அடுத்த ஐம்பதாண்டுகள் மதராஸ் நிலையான வளர்ச்சியைப் பெற்றது என்பதை உறுதியாகச் சொல்லலாம்.

கல்வியில் சிறந்த மதராஸ்

"குழந்தைகளுக்குப் பாடம் கற்பிப்பது என் உடல் நலத்துக்குக் கேடாகிறது" முதன் முதலில் மதராஸ் நகருக்குக் கல்வி கற்பிக்க வந்த 'ஸ்கூல் மாஸ்டர்' இப்படித்தான் எழுதிக் கொடுத்துவிட்டு வேறு பணிக்கு மாறிவிட்டார். பொதுப்பள்ளி பற்றிய கோரிக்கைகள் **1650**-களிலேயே ஆரம்பித்து விட்டன. முகலாயர்களின் கதையை (Storm do Mogor) எழுதிய மனுச்சியின் குறிப்பில் கோட்டையில் இருந்த பிரெஞ்சுத் துறவி எஃப்ரைம் குழந்தைகளுக்கு பள்ளி வேண்டும் என வலியுறுத்திய குறிப்பு உள்ளது. கோட்டையில் உள்ள ஆண்ட்ரூஸ் தேவாலயத்தைக் கட்டிய இவர் ஏழு மொழிகளுக்கு மேல் பேசக் கூடியவர். ப்ரடஸ்டண்ட் கிறித்துவர்களின் தேவையைக் கருதி வில்லியம் ஐசக்சன் பின்னர் வந்தார். **1677**-ஆம் ஆண்டு ரால்ஃப் ஓர்ட் ஸ்கூல் மாஸ்டராக நியமிக்கப்பட்டார். மத போதனைகளுடன் ஆங்கிலமும் கற்பித்தார். ஆங்கிலேய, போர்ச்சுகீசுக் குழந்தைகளுடன் ஜெண்டுக் (இந்திய) குழந்தைகளும் எழுதப் படிக்கக் கற்றுக் கொண்டார்கள். ஐந்து வருடத்தில் இதற்கு மேல் என்னால் முடியாது என்று இவர், பணி மாறிய பிறகு ஜான் பார்கர் வந்தார்.

மதராஸ் நகராட்சி மன்றம் அமைத்ததும் அவர்கள் மேற்கொள்ளும் பணிகளில் பள்ளிக்கூடம் கட்டுவது பற்றி

ஆலோசனை இருந்தது. 1688-ல் மேயரை நியமித்தும் இதற்கு ஒதுக்கிய பணம் பயன்படுத்தப்படவில்லை என ஆளுநர் யேல் பணத்தைத் திரும்ப வாங்கிக் கொள்ளக் கடிதம் எழுதினார். மேயருக்கு ஒதுக்கிய பணத்தைத் திரும்பத் தருகிறேன் என ஆளுநர் எப்படித் தன்னிச்சையாகத் தெரிவிக்கலாம் என்ற கருத்து வேறுபாடு உண்டானது. ஆளுநர் யேல் பெயரில் அமெரிக்காவில் ஒரு பல்கலைக்கழகம் இருக்கிறது. பின்னாளில் இந்தியாவில் இருந்து கொண்டு சென்ற பொருள்களில் சிலவற்றை ஏலம் விட்டுச் சேகரித்த பணத்தில் கட்டிய பல்கலைக்கழகம் என்பதால் அவர் பெயரையே வைத்துவிட்டார்கள்.

ஐந்திலிருந்து பதினைந்து வயதுக் குழந்தைகளுக்கு முறையான பள்ளி தொடங்கப்பட்டது 1715-ஆம் ஆண்டில், ‘ஒரு ஆபரணத்தைப் போல இருந்த’ புனித மேரிப் பள்ளியில் எழுத்துடன் கணிதமும் வீட்டுப் பராமரிப்பும் சேர்த்தே கற்பிக்கப்பட்டது. அச்சுக்கூடம் வைத்திருந்த வேப்பேரி எஸ்.பி.சி.கே. அமைப்பும் ஒரு பள்ளியை நடத்தியது. ஆங்கிலேய ஆசிரியர்கள் கிடைக்காமல் ஜெர்மானியருக்கு ஆங்கிலம் கற்றுக் கொடுத்து நடத்தப்பட்ட அப்பள்ளி மூடப்பட்டு 1726-ல் திரும்ப ஆரம்பிக்கப்பட்டது. அதுவே வேப்பேரி ஆங்கிலோ வெர்னாக்குலர் பள்ளி. பெண்களுக்காகவும் இவர்கள் பள்ளி நடத்தினார்கள். வெஸ்லியன் கிறித்துவக் குழுவின் பணிகள் 1890-ல் ஆரம்பமானபிறகு இராயப்பேட்டையில் கல்லூரி தொடங்கினார்கள். மதப் பிரசாரம் கல்வியில் முக்கிய கூறாக இருந்தது. இந்தியர்கள் அவரவர் வீடுகளுக்கு அருகில் திண்ணைப் பள்ளிக் கூடத்தில் கல்வி கற்பதும் தொடர்ந்தது.

பத்தொன்பதாம் நூற்றாண்டில் இந்தியக் கலாசாரம் சார்ந்த கல்வியா ஆங்கிலக் கல்வியா என்றொரு விவாதம் கல்கத்தாவில் எழுந்தது. தாமஸ் மெக்காலே அறிவியலும் ஆங்கிலமும்தான் இந்தியர்கள் படிக்கவேண்டும் என்றார். ஐரோப்பிய இலக்கியங்களுக்கு ஆசிய இலக்கியம் ஈடாகாது எனும் பொருள்பட பல சர்ச்சைக்குரிய கருத்துகளையும் முன்வைத்தார். 1835-ல் முடிவெடுக்கும் இடத்தில் இருந்த இவர் கருத்தே கல்வியில் நடைமுறைக்கு வந்தது. மும்பை அறிவியல் கல்வியைத் தாய்மொழியில் கற்க ஒப்புக் கொண்டது. மதராஸ்

நேரடி ஆங்கிலக் கல்விக்கு ஆதரவு கொடுத்ததால் அதிகக் கல்விக்கூடங்கள் இங்கு வந்தன. மும்பையும், வங்காளமும் பின்னர் இதில் இணைந்துகொண்டன.

ஆசியாவின் பழமையான கல்லூரிகளில் ஒன்றான மதராஸ் கிறித்துவக் கல்லூரி (1837) எக்மோர் ராண்டல் தெருவில் ஆண்ட்ரூ பள்ளியாக ஆரம்பிக்கப்பட்டது. 59 மாணவர்களுடன் ஆர்மேனியன் தெருவுக்கு மாறி இருபதாம் நூற்றாண்டில் தாம்பரத்தில் எம்சிசி கல்லூரியாக பல நூறு ஏக்கரில் விரிந்திரிக்கிறது. துபாஷியாக பணிபுரிந்த பச்சையப்ப முதலியார் (1754-1794) உயிலில் தன் சொத்தில் கல்வி நிலையம் ஏற்படுத்த வேண்டும் என எழுதியிருந்தது. பல ஆண்டு காலம் இது கண்டுகொள்ளப்படவில்லை. வழக்கறிஞர் ஹெர்பர்ட் காம்ப்டன் நீதிமன்றம் போய் உத்தரவு வாங்கியதன் மூலம் ஆரம்பித்த பள்ளி (1842) பின்னர் பச்சையப்பன் கல்லூரியானது. பிரசிடென்சி கல்லூரி (1840), மதராஸ் (சென்னை) பல்கலைக்கழகம் (1857) எல்லாம் ஆரம்பிக்கும் முன்பே மருத்துவப் படிப்பு (1835) சொல்லித்தர ஆரம்பித்துவிட்டார்கள்.

1892-ல் மதராஸ் மகாசன சபை கூட்டிய கூட்டத்தில் ஆதி திராவிடர்கள் கோயிலுக்குள் செல்ல உரிமை கேட்ட அயோத்திதாசரின் வேண்டுகோள் நிராகரிக்கப்பட்டது. அதற்குப் பதிலாக "எங்கள் மக்கள் நான்காவது வரையேனும் படிக்க கிராமங்கள்தோறும் கல்வி சாலை அமையுங்கள். நிலம் கொடுத்து ஆதரியுங்கள்" என்ற அயோத்திதாசரின் கோரிக்கையை மாநாட்டில் முன்மொழிந்தார் ராமசாமி. ராயபுரம் ஆர்.எஸ்.ஆர்.எம் மருத்துவமனை இவர் பெயரில்தான் அமைந்துள்ளது. ஆர்.எஸ்.ஆர்.எம். என்பது ராஜா சர் ராமசாமி முதலியார் என்பதன் சுருக்கம். கடன் சிக்கலால் மதராஸ் நகருக்குப் பிழைக்க வந்து துபாஷியாகவும் வணிகராகவும் நிறைய சம்பாதித்து பொது மக்கள் நலனுக்காக செலவிட்டதால் ராஜா என்ற பட்டத்தை இங்கிலாந்து ராணி அவருக்கு வழங்கினார்.

ஆங்கிலேய செட்டில்மெண்ட்கள் இருந்த இடங்களில் எல்லாம் ஆங்கிலக் கல்வியும் மருத்துவமும் அறிமுகமானலும் அதை அதிகம் பயன்படுத்தியதில் மதராஸ் முன்னிலை வகிக்கிறது.

சம்பாதித்த பணத்தை மக்களுக்கு அளித்த ராமசாமியும், கோயிலுக்குள் நுழையும் உரிமைக்கு முன்பு, கல்வி கிராமத்துக்கு வரவேண்டும் என நினைத்த அயோத்திதாசரும் போன்ற முன்னோர்கள், இன்றைய நம் முன்னேற்றத்தின் காரணிகளாக இருக்கிறார்கள்.

மகத்தான மருத்துவம்

கப்பல் பயணிகளுக்கு மருத்துவம் பார்க்கக் கப்பலில் ஒரு மருத்துவர் இருப்பது வழக்கம். ஒவ்வொரு ஆங்கிலேய செட்டில்மெண்ட்டிலும் தேவைக்கேற்ப ஒருவரோ அதற்கு மேலோ மருத்துவர்களாக நியமிக்கப்பட்டார்கள். தென்னிந்தியாவுக்கு வந்த முதல் மருத்துவர் ஜான் க்ளாக். ஆர்மகான் ஃபேக்டரியில் பணி புரிந்தார் இவர். ஆர்மகானில் இருந்து கோகனும் டேவும் இங்கு வந்தபோது நிறைய எழுத்தர்கள், கன்னர், 25 படை வீரர்களுடன் ஒரு 'சர்ஜனையும்' அழைத்துக் கொண்டுதான் மதராஸ் வந்தார்கள். ஜார்ஜ் கோட்டைக்கு என்று மருத்துவர் நியமிக்கப்பட்டது 1650-ஆம் ஆண்டில். 1650-ல் பண்டம் நகரிலிருந்து மதராஸ் பணிக்கு வந்த மருத்துவர் பெயர் எட்வர்ட் வைட்னிங். 1665-ஆம் ஆண்டு சாப்பல், லைப்ரரி, கிடங்குடன் மருத்துவமனை ஒன்றும் கட்டப்பட்டது. பிரெஞ்சிடம் மதராஸ் போரில் தோற்ற பிறகு ராணுவத்துக்கென்றே சிறப்பு மருத்துவர்களும் சிவில் மருத்துவர்களும் தனித்தனியாக நியமிக்கப்பட்டனர். இதைத் தொடராமல் சில ஆண்டுகளில் ஒன்றாக்கி விட்டார்கள். தேவை பெருகி மருத்துவர்களும் பெருகினர். 1786-ஆம் ஆண்டு கமாண்டர் இன் சீஃப் சர். ஜான் டாலிங் சில யோசனைகளைப் பரிந்துரைத்தார்.

அதன் அடிப்படையில் சில சீர்திருத்த நடவடிக்கைகள் மேற்கொள்ளப்பட்டன. பொது மருத்துவர் ஒருவர் மருத்துவமனைகளின் இயக்குநராகச் செயல்பட்டார். அவருக்கு 2,500 பவுண்டுகள் ஆண்டு ஊதியம். முதன்மை அலுவலர்களான தலைமை மருத்துவர்களுக்கு 2,000 பவுண்டுகள் ஆண்டு ஊதியம். 8000 படை வீரர்களுக்குக் குறைவான படையின் தலைமை மருத்துவருக்கு 1,000 பவுண்டுகளும் அதற்கு அதிகமான வீரர்கள் இருந்தால் 1,500 பவுண்டுகளும் ஆண்டு ஊதியம். இது ராணுவ மருத்துவமனை பற்றிய குறிப்பு. 'டாக்டர் கடை'க்குத் தண்ணீர் விநியோகம் செய்த குறிப்பு மூலம் சிவில் மருத்துவமனையும் கோட்டையில் இருந்துள்ளது என்பதை அறிய முடிகிறது.

1664-ல் ஆரம்பிக்கப்பட்ட தலைமை மருத்துவமனை பிரெஞ்சுப் போருக்குப் பிறகு இடம் மாறியது. 1772-ல் தற்போதிருக்கும் இடத்திற்கு வந்தது. 42,000 பகோடாக்கள் செலவில் ஜான் சல்லிவன் என்ற பொறியாளர் கட்டினார். சென்ட்ரல் ரயில் நிலையம் அருகில் அமைந்துள்ள மருத்துவமனைக் கட்டட முகப்பில் 1753-ல் தொடங்கப்பட்ட மருத்துவமனை என்ற கல்வெட்டு தவறான புரிதலை ஏற்படுத்துகிறது என்கிறார் எச்.டி.லவ். 1753-ஆம் ஆண்டு இந்த மருத்துவமனை இருந்தது எஸ்பிளனேடு பகுதியில். அதன் பிறகே இங்கே வந்தது. 1664-ல் இருந்து 1772-ஆம் ஆண்டுக்குள் ஒன்பது முறை இடம் மாறியது. இந்த மாற்றத்தில் இடையில் உருவான கல்வெட்டைச் சுமந்திருக்கிறது மருத்துவமனை. 1842-ஆம் ஆண்டில் இருந்து பொது மக்களுக்கும் மருத்துவம் பார்க்கத் தொடங்கி 1899 முதல் முற்றிலும் பொது மக்களுக்கானதாகவே மாறியது. ராஜிவ் காந்தி பொது மருத்துமனை என்ற பெயரில் பொது என்பது ஜெனரல் என்ற சொல்லின் தமிழ் மொழி ஆக்கமாக நாம் உபயோகிக்கிறோம். பெயர் வைத்த போது ராணுவச் சொற்களின் அடிப்படையில் வைத்த பெயர். ஜெனரல் ஹாஸ்பிடல் என்பதற்கு தலைமை மருத்துவமனை என்பதே சரியான பொருள் கொண்ட மொழியாக்கம்.

மருத்துவமனையுடன் மருத்துவம் சொல்லிக் கொடுப்பது ஆரம்பித்தது 1835-ஆம் ஆண்டு. 'மதராஸ் மருத்துவப் பள்ளி'

என்ற பெயருடன் 1850-ஆம் ஆண்டில் இருந்து செயல்படத் தொடங்கியது. ஆங்கிலத்தில் மதராஸ் என்றும் தமிழில் சென்னை என்றும் அழைக்கப்பட்ட நகரம் சென்னை என்ற தமிழ்ப் பெயருக்கே முற்றிலும் மாறியபோது இதன் பெயரும் மாற்றப்பட்டது. உலகம் முழுக்கப் பிரபலமாகி பல நாட்டின் வரலாற்றிலும் இந்தப் பெயர் ஆழப் பதிந்திருப்பதால் சென்னை கைவிடப்பட்டு மீண்டும் 'மதராஸ் மருத்துவப் பள்ளி' என்றே ஆனது. முதலில் ஐரோப்பிய, யூரேசியர்களுக்கும் பின்னர் இந்தியர்களுக்கும் பெண்களுக்கும்கூட மருத்துவக் கல்வி வழங்கப்பட்டது. 1875-ல் இங்கு படித்த முதல் நான்கு பெண் மருத்துவர்களில் ஒருவரான மேரி ஆன் டகாம்ப் ஷார்லீப் (Mary Ann Dacomb Scharlieb) மதராஸில் ஒரு மகப்பேறு மருத்துவனையை ஆரம்பித்தார். கோஷா ஆஸ்பத்திரி என்று அழைக்கப்படும் கஸ்தூர்பா மருத்துவமனைதான் அது. (Victoria Caste and Gosha 1885) கோஷா என்பது முஸ்லீம் பெண்கள் அணியும் புர்காவைக் குறிக்கிறது. நுங்கம்பாக்கம் மூர் தோட்டத்தில் இருந்து, வெங்கடகிரி ராஜாவின் நன்கொடையால் 1890-ல் இப்போதுள்ள இடத்துக்கு வந்தது.

பெண்கள் ஆண் மருத்துவர்களிடம் பிரசவம் பார்த்துக் கொள்ளத் தயங்கியதால் பெண் மருத்துவரைத் தேடிய மேரி ஆன் கடைசியில் தானே மருத்துவக் கல்லூரியில் படித்து மருத்துவர் ஆனார். இங்கு படித்து மருத்துவரான இன்னொருவர் மதராஸின் முதல் பெண் மருத்துவர் முத்துலெட்சுமி அம்மையார். ரெய்னி மருத்துவமனையும் இப்படிப் பெண்களை மனதில் வைத்து ஆரம்பிக்கப்பட்டதுதான். 1888-ல் இந்தியா வந்த அலெக்சான்ட்ரினா மடில்டா மஃக்பிஃல் தன் இல்லத்தில் வைத்தே பெண்களுக்கும் குழந்தைகளுக்கும் வைத்தியம் பார்த்தார்.

ஸ்காட்லாண்டிலிருந்த வந்த க்றிஸ்டினா ரெய்னி மருத்துவம் பார்க்கும் மடில்டா இடப்பற்றாக்குறையால் அவதிப்படுவதைப் பார்த்தார். எனவே ஸ்காட்லாந்து சென்று தீவிரமாக நிதி திரட்டி வந்து புதிய இடத்தில் மருத்துவமனையை ஆரம்பித்தார். 1914-இல் கட்டப்பட்ட இந்த ரெய்னி ஹாஸ்பிடல் வடசென்னையின் முக்கியமான அடையாளங்களில் ஒன்று. கடற்படை

மருத்துவமனை (1745), மன நோயாளிகள் பாதுகாப்பு மையம் (1793), தொழுநோய் மருத்துவமனை (1816), எழும்பூர் பெண்கள் குழந்தைகள் சிறப்பு மருத்துவமனை (1844) என சிறப்புமிக்க மருத்துவமனைகள் இருபதாம் நூற்றாண்டுக்கு முன்னரே இருந்தன.

மருத்துவர் ஜான் அன்டர்வுட் முயற்சியால் 1799-ஆம் ஆண்டு பூர்வகுடிகளுக்கென்றே ஒரு மருத்துவமனை கட்டப்பட்டது. புரசைவாக்கம் வாசிகளுக்கு நிலத்துக்காக 304 பகோடாக்கள் கொடுத்து, செங்கல் சுண்ணம் வைத்து கட்டப்பட்ட இம்மருத்துவமனையின் மொத்தச் செலவு 9,813 பகோடாக்கள். இந்த 'நேட்டிவ்' மருத்துவமனைக்கு பிராமணர்கள் வரத் தயங்கியதால் அவர்களுக்கென்று தனிப்பிரிவு ஏற்படுத்தியதில் ஆரம்பத்தில் யூகிக்கப்பட்ட மதிப்பைவிட அதிகச் செலவானது. பத்தொன்பதாம் நூற்றாண்டின் ஆரம்பத்தில் மணியக்காரர் சத்திர மருத்துவமனையுடன் இது இணைக்கப்பட்டது. ஸ்டான்லி, ராயபுரம் ஆர்.எஸ்.ஆர்.எம். மருத்துவமனையாக இன்று விரிந்திருக்கிறது. காலா அசர் (கருப்புக் காய்ச்சல்) ஏற்படுத்தும் உயிரியைக் கண்டுபிடித்த டோனவன் ஆர்.எஸ். ஆர்.எம். மருத்துவமனையின் முதல் கண்காணிப்பாளராக இருந்தார். இவர் மதராஸில் இந்த உயிரியைக் கண்டுபிடித்த செய்தி பிரிட்டிஷ் போய்ச் சேர்வதற்குள் அங்கிருந்த லெய்ஷ்மன் தன் கண்டுபிடிப்பை தெரிவித்ததால் இருவர் பெயரும் சேர்த்து லெய்ஷ்மேனியா டோனவானி (Leishmania donovani) என்ற பெயர் வைக்கப்பட்டது. இதுபற்றிய கல்வெட்டு தொலைந்து போனாலும் டோனவன் வரைந்த உயிரியின் வரைபடம் இன்னும் மருத்துவனையில் பாதுகாக்கப்படுகிறது. மதராஸ் பஞ்சத்தின் போது இந்தச் சத்திரத்தில் கஞ்சித் தொட்டி அமைத்து மக்களுக்கு உதவினார்கள். அதன் காரணமாகக் 'கஞ்சித் தொட்டி ஆஸ்பிடல்' என்ற பெயர் இன்னும் வழக்கில் இருக்கிறது.

இயற்கை அறிவியல், தாவரவியலிலும் கூட ஆங்கிலேயர் கவனம் செலுத்தினார்கள். மாதம் 40 பகோடாக்கள் சம்பளம் பெற்ற டாக்டர் பாட்ரிக் ரஸ்ஸல் அவருடைய குறிப்புகளையும் அவருக்கு முன் வேலை பார்த்த கோயங் கையெழுத்துப் பிரதிகளையும் பிரிட்டிஷ் மெடிக்கல் ஜர்னலில் பதிப்பித்தார்

(1789). அவர் எழுதிய ஹெர்பேரியம் கோரமண்டலின்ஸில் கடல் மீன்கள் வரைபடம், பாம்புக்கடிக்கு மருந்து ஆகியவை குறிப்பிடப்பட்டுள்ளன. அவருக்குப் பின் வந்த டாக்டர் ராக்ஸ்பர்க், கோதாவரி மாவட்டம் சாமுல்கோட்டாவில் பணிபுரிந்த போது மூன்று உள்ளூர் மிளகு வகைகளை அடையாளம் *(1786)* கண்டார். அதே வருடத்தில் கோச்சனைல் எனும் ஒட்டுண்ணிப் பூச்சியை ஆண்டர்சன் கண்டுபிடித்தார். வட, தென் அமெரிக்காவில் இப்பூச்சியில் இருந்து சிவப்புச் சாயம் எடுக்கப்பட்டு துணிகளில் வண்ணமேற்றப் பயன்பட்டது. இதைப் பற்றிய ஆய்வுகள் மதராஸில் தொடர்ந்தது.

வழக்குகளும் நீதியும்

மதராஸ் ஆவணங்களில் முதல் கொலை வழக்காக 'வடக்கு நதிப் பெண்ணின் மர்ம மரணத்'தைக் குறிப்பிடுகிறார் முத்தையா. ஆண்ட்ரூ கோகன் காலத்தில் உள்ளூரில் காணாமல் போன பெண்ணின் பிணம் ஒன்று வடக்கு நதியில் மிதந்தது. அதைக் கரைசேர்த்த நபரை அப்பெண்ணுடன் ஏற்கெனவே பார்த்தவர்கள் அவர் சட்டையில் இருந்த ரத்தக் கறையை வைத்துக் கொலையாளி என்று முடிவெடுத்தனர். தீர்ப்பு வழங்கும் பொறுப்பு கோகனுக்கு வந்தது. இதற்குத் தனக்கு அதிகாரம் இருக்கிறது என்பதையே உணராத கோகன் நாயக்கிடம் யோசனை கேட்டார். 'உங்களுக்குத் தெரியாத சட்டம் ஒன்றும் இல்லை. நீங்களே தீர்ப்பு வழங்குங்கள், இல்லையென்றால் கர்நாடக விதிப்படி நாங்கள் தீர்ப்பு வழங்குவோம்' என்ற ரீதியில் பதில் வந்தது. தன் அதிகாரத்தைப் பயன்படுத்த முடிவெடுத்த கோகன் உடனடியாகச் செயல்பட்டு சம்பந்தப்பட்ட இன்னொருவனையும் பிடித்து இருவரையும் தூக்கிலிட்டார். தேதி அக்டோபர் **11**. ஆண்டு **1641**. நாயக் வரும் வரை சில நாள்கள் அங்கேயே தொங்கிக் கொண்டிருந்தன அந்தப் பிணங்கள்.

சாராயக் கடையில் டேனிஷ்காரனைக் குத்தியதை விசாரிக்கச் சென்ற ஆங்கிலேய வீரனை, போர்ச்சுகீசு வீரன் குத்திக்

கொன்றது அடுத்த வழக்கு. தீர்ப்புக் கொடுக்கும் போது, போர்ச்சுகீசியர்களால் பிரச்சனை எழும் என்று நாயக் 500 வீரர்களைப் பாதுகாப்புக்கு அனுப்பி வைத்தார். இந்தப் போர்ச்சுகீசிய வீரனுக்கும் மரண தண்டனை விதிக்கப்பட்டது. 13, ஆகஸ்ட் 1642-ல். பெரிய குடும்பத்தைச் சேர்ந்தவன் என்பதால் ராணுவ வீரர்களால் துப்பாக்கியால் சுட்டுக் கொல்லப்பட்டான். சாந்தோமில் வசித்துவந்த போர்ச்சுகீசியர்கள் ஆங்கிலேய ஆளுகைக்குள் அவ்வப்போது தொல்லை கொடுத்துக் கொண்டிருந்தார்கள். இந்த நிகழ்வுக்குப் பிறகு அவர்களின் தொல்லை அடங்கியது.

1644-ஆம் ஆண்டு ஆங்கிலேய சார்ஜெண்ட் தன் வீட்டில் இருந்த உள்ளூர்க்காரன் ஒருவனைத் திருடன் எனக் கருதிக் கத்தியால் குத்தினார். அவன் இறந்தபோதும் அவர் மேல் தவறில்லை என்பதால் மரண தண்டனை விதிக்கவில்லை. என்றாலும் நாடு கடத்தலாம் என்று முடிவெடுக்கப்பட்டது. அவர் வகித்த வேலையைப் பார்க்க யாரும் இல்லை. இந்த இக்கட்டான சூழ்நிலையில் இராணுவ அதிகாரி ஒருவர் சார்ஜெண்ட் தப்பிச் செல்லமாட்டார் என உறுதியளித்து வேலையில் தொடர்ந்தார்.

நகராட்சியாளர் மனைவி திருமதி அஸென்ஷியா டாஸ் அடிமைப் பெண்ணைக் கொன்ற வழக்கில் 12 ஜூரர்களை வைத்து விசாரணை நடத்தப்பட்டது. கருத்து வேறுபாடு உள்ளது என முதலில் சொன்ன ஜூரர்கள் பின்னர் குற்றமற்றவர் என்று சொல்லிவிட்டார்கள். அடிமைப் பெண்ணைக் கொன்றவர் விடுவிக்கப்பட்டதைக் குறிப்பிட்டு இம்மாதிரி வழக்குகளை விசாரிக்க, நடவடிக்கை எடுக்க முறையான விதிகள் வகுக்கப்பட வேண்டும் என இங்கிலாந்துக்குக் கடிதம் அனுப்பப்பட்டது.

போலிப் பணம் வைத்திருந்தது, சேவல் சண்டை நடத்திச் சூதாடுவது, கடலிலும், கரையிலும் நடந்த குற்றங்கள், அடிமைகள், கட்டடங்கள் வாங்குவது விற்பது தொடர்பான சச்சரவுகள், வன்முறை, வணிக ஒப்பந்த மீறல், பணம் கொடுக்கல் வாங்கலில் உள்ள தகராறு, உயில் உள்ளிட்ட சிவில், கிரிமினல் வழக்குகளுக்கான விதிகள் படிப்படியாக நிர்ணயம் செய்யப்பட்டன. நீதி நிர்வாகத்தின் நோக்கம் தங்கள்

உரிமைகளையும் அதிகாரத்தையும் உறுதி செய்யவே அன்றி மக்கள் நலனுக்கானதல்ல. ஆங்கிலேயர்களின் அன்றாட நடவடிக்கைகளில் பாதிப்பு ஏற்படுத்தாத வரையில் இந்தியர்கள் பகுதியில் சட்டம், ஒழுங்கு, நீதி, நியாயம் நிலைநாட்டப்படுவது பற்றியெல்லாம் ஆங்கிலேயர்கள் அக்கறை காட்டவில்லை.

உள்ளூர் நம்பிக்கைகளைப் பொறுத்த வரையில் ஆங்கிலேயர்கள் மக்கள் பிரதிநிதிகளின் பேச்சை வைத்தே முடிவெடுத்துள்ளனர். மக்கள் பிரதிநிதிகள் பெரும்பாலும் சாதிப் பிரதிநிதிகளாக இருந்தார்கள். சாதிச் சண்டைகள் பேச்சுவார்த்தை மூலம் சுமூகமாக்கப்பட்டன. ஆரன் பேக்கர் மதராஸ் ஆளுநராக இருந்த காலத்தில் (1652-1655) இருந்தே இது பற்றிய குறிப்புகள் ஆரம்பிக்கின்றன. இந்தியாவில் வேறெங்கும் இல்லாத வலங்கை, இடங்கை ஜாதிப்பிரிவுகள் தென்னிந்தியாவில் இருந்துள்ளன. இந்த சாதிச் சண்டைகள் ஐம்பதாண்டுகளுக்குப் பின்னர் வந்த ஆளுநர் தாமஸ் பிட் காலத்திலும் பதிவாகியுள்ளன. பலிஜவார், கோமுட்டி, வலிகர், தெலுகுவார், பறையர், வள்ளுவர்/ வெள்ளாளர் (vullawar), சாணர் உள்ளிட்ட 39 ஜாதிகள் ஒருபக்கமும், நாயக், செட்டி, பிள்ளை, சக்கிலி உள்ளிட்ட 11 ஜாதிகள் மறு பக்கமும் இருந்தன.

நாள்கள் செல்லச் செல்ல மேலும் பல ஜாதிகள் இருதரப்பிலும் இணைந்தனர். சில ஜாதிகள் தாங்கள் எந்தப் பிரிவு என்பதை அறிந்திருக்கவில்லை. சிலர் இந்தப் பக்கமும் அந்தப் பக்கமும் இருப்பது பிரச்சனையானது. திருமணச் சடங்குகள், இறப்பு ஊர்வலம், வழிபாடு முதல் சாலைகளில் நடமாடுவது வரை எல்லாவற்றிலும் தகராறு ஏற்பட்டது. வன்முறையும் கடையடைப்புகளும் நடந்து ஒரு வருட காலத்துக்குப் பிறகு தீர்வு காணப்பட்டது. மீனவர்கள் தாங்கள் இரண்டு பக்கமும் சேராத கிறித்துவர்கள். நாங்கள் எப்போதும் இந்தச் சண்டைகளில் கலந்து கொள்ள மாட்டோம் என்று எழுதிக்கொடுத்தனர்.

இந்தப் படிநிலைகள் இப்போதிருப்பதைப் போலவே அப்போதும் தெளிவின்றி யாரைவிட யார் உயர்ந்தவர் என்ற குழப்பத்துடனே இருந்துள்ளது. பிராமணர் அனைவரையும்விட உயர்ந்தவர் என்பதில் மட்டும் எந்தக்

குழப்பமும் இல்லை. “பிராமணர் தவிர வேறு யார் சமைப்பதையும் தொடுவதையும்கூட அவர்கள் உண்ண மாட்டார்கள். அரசருக்கும் மேலானவர்கள். பிராமணரைக் கொல்வது பாவம்” என்று தன் புரிதலை ராபர்ட் ஓர்ம் தன் நூலில் குறிப்பிட்டுள்ளார். குற்றம் நிரூபிக்கப்பட்டு மரண தண்டனை விதிக்கப்பட்ட பிராமணர் ஒருவர் அது மரபல்ல என்பதால் நாடு கடத்தப்பட்ட தகவல் எச்.டி.லவ் நூலில் உள்ளது. ஒவ்வொரு வால்யூமிலும் இந்த சாதிச் சண்டைகளுக்கு எனப் பல பக்கங்கள் ஒதுக்கியிருப்பதைப் பார்க்கையில் ஆங்கிலேயர்கள் இதைப் புரிந்து கொள்ளக் காட்டிய ஆர்வம் புலனாகிறது. இருபத்தொன்றாம் நூற்றாண்டிலும் ஜாதி ஏற்றத்தாழ்வுகளால் இந்தியர்கள் பாதிக்கப்படுகிறார்கள். பாதிப்புக்கு உள்ளாகுபவர்களே, சனாதனமும் வர்ணாசிரமும் வேறு, இந்து மதமும் இந்துத்துவமும் வேறு என்று ஆளுக்கொரு நிலைப்பாட்டில் குழம்பும் நிலையில் அக்காலத்தில் இதை ஆராய முயன்ற ஆங்கிலேயர்கள் நிச்சயம் மண்டை காய்ந்து போயிருப்பார்கள். பொத்தாம் பொதுவாக நீங்கள் அங்கே போகாதீர்கள், நீங்கள் இங்கே வராதீர்கள் என்று தெருக்களைப் பிரித்து ஒப்பந்தம் செய்து பஞ்சாயத்தை முடித்திருக்கிறார்கள்.

சத்திர நீதிபதிகள் 20 பகோடாக்கள் மதிப்புள்ள சிவில் வழக்குகளைக் கையாண்டார்கள். திருப்தி இல்லையெனில் மேயரை நாடலாம். குறைந்தபட்சம் 5 பகோடா மதிப்பில்லாதவை மேயர் கோர்ட்டுக்கு வரமுடியாது. ஆயிரம் பகோடாக்கள் மதிப்புள்ள சிவில் வழக்குகளில் குறை இருந்தால் கவுன்சிலிலும் ஆளுநரிடமும் முறையிடலாம். அதற்குமேல் மதிப்புள்ள மேல் முறையீடுகள் அரசர் பார்வைக்குச் சென்றன. மூத்த, இளைய ஜூரிகள் ஷெரீப்புக்குக் கீழான அதிகாரத்தில் இருந்தார்கள். வழக்குகள் இங்கிலாந்தைப் போலவோ அல்லது அதற்கு நெருக்கமாவோ தீர்ப்பளிக்கப்பட்டன.

ஃபேக்டரியின் பத்துமைல் தூரத்துக்குள் நடக்கும் குற்றங்கள் விசாரிக்கப்பட்டன. குற்றவியில் வழக்குகள் அமைதி நீதிபதிகளால் (Justice of the Peace) விசாரிக்கப்பட்டன. மூன்று நீதிபதிகள் கொண்ட குழு வாரம் ஒரு முறை இதற்காக கூடியது.

காவல்துறை உங்கள் நண்பன்

1688-ஆம் ஆண்டு செப்டம்பர் 29-ல் நதானியல் ஹிக்கின்ஸன் மதராஸின் முதல் மேயராக நியமிக்கப்பட்டார். மேயருடன் பன்னிரண்டு ஆல்டர்மேன்கள் அவருக்கு உதவியாக இருந்தார்கள். இந்தப் பன்னிரண்டு பேரில் மூன்று பேர் கிழக்கிந்தியக் கம்பெனியைச் சார்ந்தவர்கள். மீதம் உள்ள ஒன்பது பேர் ஆர்மேனியர்கள், போர்ச்சுகீசியர்கள், யூதர்கள், மூர்ஸ் (முஸ்லிம்), ஜெண்டு (இந்து) சமூகப் பிரதிநிதிகள். மேயராக இருந்தவரே வழக்கை விசாரித்துத் தீர்ப்பளிக்கும் நீதிபதியாகவும் இருந்த வழக்கத்தின் அடிப்படையில்தான் உச்சநீதிமன்ற நீதிபதி செல்லும் போது அவருக்கு முன் கதையைத் தூக்கிச் செல்லும் வழக்கமும், சென்னை மேயர் நீதிபதி போல நீண்ட பட்டு அங்கிகளை அணியும் வழக்கமும் உண்டானது என்கிறார் வரலாற்று ஆர்வலர் ஸ்ரீராம். சாதாரண நாள்களில் கருப்பு அங்கியும் விசேட நாள்களில் நீல அங்கியும் இப்போதும் அணிகிறார் சென்னை மேயர். இங்கிலாந்து வழக்கப்படி கம்பளியில் அங்கி செய்வது சென்னை காலநிலைக்கு ஒவ்வாது என்று மெல்லிய பட்டுத்துணி பயன்படுத்தப்பட்டது. உலகின் மிகப் பழமையான நகராட்சிகளில் சென்னை நகராட்சியும் ஒன்று.

ஜார்ஜ் கோட்டையின் உள்ளே இருந்த டவுன் ஹாலில் வழக்கு விசாரணைகள் நடந்தன. புனித மேரி ஆலயத்துக்கு எதிரே இருந்த இக்கட்டடத்தில் ஆறு சிறை அறைகள் இருந்தன. மூன்று அறைகள் கீழ் தளத்திலும் மூன்று அறைகள் பின்பகுதியிலும் இருந்தன. கருப்பர் நகரின் சத்திரத் தெருவில் இருந்த சிறைச்சாலை பெத்தநாயக்குகளின் தலையாரியால் காவல் காக்கப்பட்டது. இங்கு ஒரு நீதி விசாரணை மன்றமும் இருந்தது. மூன்றாவதாக வெள்ளையர் நகரின் வடக்குக் கோட்டையிலும் ஒரு சிறைச்சாலை இருந்தது. கோழிக்கூண்டுடன் ஒப்பிடப்பட்ட இந்தச் சிறை அறைகள் எளிதில் தப்பிச் செல்லும்படியும், தரை பெயர்ந்தும், சுவர்களில் ஓட்டைகளுடனும் இருந்தது. ஐட்ஜ், அட்வகேட் சம்பளம் ஆண்டுக்கு 100 பவுண்டுகள். அட்டர்னி ஜெனரலின் சம்பளம் ஆண்டுக்கு 23 பவுண்டுகள் மட்டுமே. பதினெட்டாம் நூற்றாண்டில் மாதம் 300 பகோடாக்கள் பெற்றதாகப் பதிவுள்ளது.

போலீஸ் பணியில் ஆரம்பகட்டத்தில் இருந்தது பெத்தநாயக் தலையாரிகள். பியூன்களை வேலை வாங்குவதும் பராமரிப்பதும் இவர்கள் பொறுப்பே. கருப்பர் நகரிலும் பேட்டைகளிலும் சண்டையிடுபவர்களை, சட்டத்தை மீறுபவர்களைக் கைது செய்யவும் சத்திர நீதிமன்றத்தில் ஆஜர்படுத்தும் வரை அடைத்து வைக்கவும் அதிகாரம் பெற்றவர்கள். வாரன் ஹேஸ்டிங்ஸ் மதராஸ் கவுன்சில் உறுப்பினராக இருந்தபோது போர்ட் ஆஃப் போலீஸ் (board of police) என்ற அமைப்பு உருவாக்கப்பட்டது. சந்தைகளை முறைப்படுத்துவது, தெருவில் சுற்றும் நாய்களைப் பிடிப்பது (pariah dogs), கருப்பர் நகர சாலைகளில் கோட்டைக்குள் உள்ளதைப் போல செங்கல் நடைபாதை அமைப்பது, முப்பதடிக்கு ஒரு விளக்குக் கம்பம் வைத்து விளக்குப் பொருத்துவது உள்ளிட்ட பல பணிகள் மேற்கொள்ளப்பட்டன.

தெருவில் சுற்றித் திரியும் சொறி நாய்களைக் குறிக்க, 'பறையர் நாய்' என்ற சொல் பயன்படுத்தப்பட்டுள்ளது. மதராஸ் பாஷை, நகரில் புழங்கிய பலமொழிச் சொற்களைத் தமிழாகவே பாவிக்கிறது. ஜல்தி (விரைவு), ஜவாப்தாரி (பொறுப்பு), நாஸ்டா (காலை உணவு) போன்ற வார்த்தைகள் இந்தியில் இருந்து வந்தவை. பேமானி -பே இமானி - நாணயமற்றவர்,

ஷோக்கு - ஷௌகீத்- ஆடம்பரமானவர், குஜால் - குஜல்கானா - அந்தரங்கமான மகிழ்வான குளியல் இடம், உட்டாலக்கடி- எடு அந்தத் தடியை - இதெல்லாம் இந்துஸ்தானி மொழியில் இருந்து வந்தவை. utter failure என்பது சுருங்கி மோசமான என்று பொருளில் சொல்லப்படும் அட்டு, அசால்ட், ரீஜெண்ட் போன்ற வார்த்தைகள் ஆங்கிலத்தில் இருந்து வந்தவை. தமிழில் இருந்து கட்டுமரம் (catamaran), காசு (cash), மாங்காய் (mango) எனப் பல வார்த்தைகள் ஆங்கிலத்துக்கும் சென்றன. பறையா (pariah) என்ற சொல்லும் அப்படிச் சென்றதுதான்.

இந்தியாவில் பல்வேறு ஒடுக்கபட்ட ஜாதிகள் இருந்தாலும் பறையர் என்ற ஜாதிப் பெயர் மட்டும் இழிவு என்ற பொருளில் ஆங்கில அகராதியில் இடம் பெற்றுவிட்டது. இந்தச் சொல் குறிப்பிட்ட சாதியைக் குறிக்கிறது என்பதை வெளிநாட்டவர்கள் முதலில் அறிந்திருக்கவில்லை. எனவேதான் இழிவான, அருவருப்பான, மதிப்பற்றவற்றை குறிக்கும் சொல்லாக காக்கா, நாய் முதற்கொண்டு அனைத்துக்கும் பறையா பயன்படுத்தப்பட்டுள்ளது. ஒடுக்கப்பட்ட இனம், கீழான மனிதர், மோசமான நாடு எல்லாவற்றுக்கும் பறையா என்ற சொல் இப்போதும் பயன்பாட்டில் உள்ளது. பதினாறாம் நூற்றாண்டில் போர்ச்சுகீசியர் நூலில் இச்சொல் உள்ளது. அப்படியே மற்ற பல ஐரோப்பிய மொழிகளுக்கும் சென்று நிலைத்துவிட்டது. ஆப்பிரிக்க அமெரிக்க மக்களைக் குறிக்கப் பயன்பட்ட நீ** (N) சொல் தற்போது வழக்கில் இல்லை. அதைப்போல இச்சொல்லின் பயன்பாடும் தவிர்க்கப்பட வேண்டியது அவசியம் என்பதை அவ்வப்போது பலரும் எடுத்துரைக்கிறார்கள்.

போலீஸ் போர்ட் பரிந்துரையில் இன்னும் சில நெறிமுறைகளும் இருந்தன. தெரு நாய்களைப் பிடித்தால் இரண்டு ஃபணம் கிடைக்கும். வளர்ப்பு நாய்கள் எனில் அடையாளத்துக்கு காலர் இருக்க வேண்டும். பணியாளர்களுக்குத் தரவேண்டிய ஊதியங்கள் முறையாக நிர்ணயம் செய்யப்பட்டது. பட்லர் (butler) மற்றெல்லாரையும் விட அதிக ஊதியம் பெற்றிருக்கிறார். ஒன்றரை பகோடாவில் இருந்து மூன்று பகோடாக்கள் வரை. சமைத்த உணவைப் பரிமாறுவது,

முதலாளி சொல்லும் வேலைகளைச் செய்வது, வீட்டைச் சுத்தமாக நிர்வகிப்பது எல்லாம் இவர் வேலை. அடுத்த நிலையில் இருப்பவர் இரண்டாம் நிலை துபாஷி. ஒன்றரை பகோடாக்கள். சமையல்காரர், பியூன், கடைக்குச் செல்பவர், குதிரை ஓட்டுபவர்க்கு எல்லாம் ஒரு பகோடா சம்பளம். முடிவெட்ட, துணி அயர்ன் செய்ய பன்னிரெண்டு ஃபணம். சவரம் செய்யவும், பெருக்கவும் மிகக் குறைவாக ஆறு ஃபணம். நகரம் முழுக்க 227 விளக்குகளைப் பொறுத்தவும் பரிந்துரை இருந்தது. பல காரணங்களால் இவற்றை முறையாகச் செயல்படுத்த முடியாமல் ஒரே ஆண்டில் (1771) இந்த அமைப்பு கலைக்கப்பட்டது.

கல்கத்தா அட்டர்னி ஜெனரலாக இருந்து சென்னை வந்த பிரிட்டிஷ் அரசியல்வாதி ஸ்டீபன் பாப்பம் (popham) போலீஸ் அமைப்பு கலைக்கப்பட்டிருக்கக் கூடாது என நினைத்தார். சந்தைகளில் பொருள்களின் விலையைச் சமமான அளவில் பராமரிப்பது, சந்தைக் கடைகளின் இட நிர்வாகம், சிறிய தொகைக் கடன்கள், வரி வசூல் உள்ளிட்ட வேலைகளைச் சேர்த்து ஒரு போலீஸ் திட்டத்தை (1786) வலியுறுத்தினார். நகரில் தூய்மையைப் பராமரிப்பதும் மோசடிகளைத் தடுத்து அமைதியை நிலைநாட்டுவதும் அடிப்படை நோக்கம். இதில் பல யோசனைகள், ஹாபர்ட் (1798) காலத்தில் போலீஸ் கமிட்டியாகச் செயல் வடிவம் பெற்றது. பெத்த நாயக்குகளுடன் அதே ஊதியத்தில் பணியாற்ற ஒப்புக்கொண்டு பாளையக்காரர்களும் இணைந்துகொண்டார்கள். உயர் பதவிகளில் ஐரோப்பியர்களே இருந்தார்கள்.

தண்ணீர் தண்ணீர்

கூவம் ஆற்றைச் சாக்கடையாக மட்டுமே அறிந்து கொண்ட தலைமுறைக்கு, கோயிலுக்குப் போகும் முன் புனித நதியான கூவத்தில் குளித்துச் சென்றதாக எழுதப்பட்டிருக்கும் அந்தக்காலக் குறிப்புகள் வியப்பளிக்கும். பிரான்சிஸ் டே கோட்டை கட்ட இந்த இடத்தைத் தேர்ந்தெடுத்ததன் முக்கிய நோக்கமே சுற்றிலும் ஆறுகள் ஓடுவதால் பாதுகாப்பும் படகுப் போக்குவரத்தும் எளிது என்பதால்தான். ஆங்கிலேயர்கள் காலத்திலேயே வடக்கு ஆறும் ஓடைகளும் காணாமல் போனது. காலம் உருண்டோடியது. ஆறுகள் ஓடுவதை நிறுத்திக் கொண்டன. சென்னையின் தண்ணீர் பஞ்சத்துக்குச் சில நூற்றாண்டுகள் வரலாறு உள்ளது.

ஆறுகள் ஓடினாலும் கோட்டை அமைந்திருப்பது மணற்பாங்கான மேட்டு நிலத்தில். அப்போதே குடிநீரை வேறு இடத்தில் இருந்து தருவித்திருக்கிறார்கள். காசு கொடுத்து வாங்கிச் சேமித்திருக்கிறார்கள். எச்.டி.லவ் நூலில் முதலாளிக்கும் சமையல்காரருக்குமான உரையாடல் ஒன்று அதைத் தெரிவிக்கிறது.

மாஸ்டர்: இங்கே குடிப்பதற்கு எது சிறந்த நீர்?

சமையல்காரர்: சார் இங்கே இரண்டு வகைக் குடிநீர் இருக்கிறது. சிலர் மலைக் குடிநீர் பயன்படுத்துகிறார்கள். சிலர் பட்ரிஸ் கார்டனில் இருந்து எடுத்து வரப்படும் நீரைக் குடிக்கிறார்கள்.

மாஸ்டர்: இரண்டில் எது சிறந்தது?

சமையல்காரர்: மலைக் குடிநீர்தான் சிறந்தது. ஆனால் ஒரு குடத்துக்கு நான்கு துட்டு செலவாகிறது.

மாஸ்டர்: பட்ரிஸ் கார்டன் குடிநீரின் விலை என்ன?

சமையல்காரர்: ஒரு குடம் இரண்டு துட்டுகள்.

மாஸ்டர்: ரொம்ப நல்லது. சரி, இதை நாம் மாதத்துக்கு ஒரு முறை வாங்கினால் போதுமா? அல்லது தினமும் வாங்க வேண்டுமா?

சமையல்காரர்: தினமும் வாங்க வேண்டிய அவசியம் இல்லை சார். மாதத்துக்கு ஒரு முறை வாங்கினாலே போதும்.

மாஸ்டர்: அது எப்படி சாத்தியம்?

சமையல்காரர்: மண்ணில் புதைத்த பெரிய பாத்திரம் ஒன்றை இதற்காகவே வைத்திருக்கிறோம். இருபது குடம் வாங்கி நிரப்பிவிட்டால் அந்த நீர் ஒரு மாதத்துக்கு வரும்.

பட்ரிஸ் கார்டன் கம்பெனித் தோட்டத்துக்கு அருகில் இருந்தது. மவுண்டைன் வாட்டர் என்பது செயிண்ட் தாமஸ் மவுண்டில் இருந்து கொண்டு வரப்பட்டிருக்கலாம். அவ்வளவு தூரத்தில் இருந்து தருவிக்கப்படுவதால் போக்குவரத்துச் செலவையும் கணக்கிட்டு இரு மடங்கு பணம் வசூலிக்கப்பட்டிருக்கலாம். பெத்தநாயக்கன் பேட்டையின் வடமேற்குப் பகுதியின் கிணற்றில் இருந்தும் குடிநீர் கொண்டு வரப்பட்டிருக்கலாம். தெளிவான தூய்மையான குடிநீர் என்பதைக் குறிக்கவும் மவுண்டன் வாட்டர் எனச் சொல்லியிருக்கலாம் எனக் கருதுகிறார் எச்.டி.லவ்.

மதராஸ் நிலப்பரப்பு பெரும்பாலும் தட்டையானது. கீழ்ப்பாக்கமும் மைலாப்பூரும் கடல் மட்டத்தில் இருந்து 40 அடி உயரத்தில் உள்ளன. ஆங்கிலேயர்கள் இங்கு வந்த போது கிராமங்களைச் சுற்றிலும் விவசாயம் நடந்தது.

மழை நீரைச் சேமிக்கும் ஏரிகள் அதற்கான நீர் வளத்தை அளித்தன. ஆங்கிலேயர்கள் துணி வியாபாரத்தில் அதிகம் கவனம் செலுத்தினார்கள். நெசவாளர்களைக் கூட்டி வந்து ஆற்றங்கரையோரத்தில் தங்க வைத்துக் குடியிருப்புகளை உருவாக்கினார்கள். துணிகளைத் துவைக்க, சாயமிட, உலர்த்த அனைத்துக்கும் வசதியான இடம். தொழில் பெருகி ஆறு குறுகியது.

1746-ஆம் ஆண்டு நடந்த மதராஸ் போரில் பிரெஞ்சு செய்த முதல் வேலையே கோட்டைக்குள் செல்லும் தண்ணீரை நிறுத்தியதுதான். கோட்டை 1749-ஆம் ஆண்டு ஆங்கிலேயர் வசம் வந்த பிறகு 1759-ல் மீண்டும் பிரெஞ்சுடன் ஒரு போரை எதிர்பார்த்தது மதராஸ். முந்தைய அனுபவம், தொட்டிகள் (cisterns) கட்டி நீரை சேமித்தல் நல்ல யோசனை என்று முடிவானது. வெளியே போய்ச் சண்டையிடுவதைவிட எத்தனை மாதம் என்றாலும் உள்ளேயே இருந்து முற்றுகையை எதிர்கொள்ளும் அமைதி விரும்பிகளாக ஆங்கிலேயர் இருந்துள்ளனர்.

1500 ஐரோப்பியர்கள், 3000 சிப்பாய்கள், 1000 உள்ளூர்காரர்களுக்கு தினமும் அரை காலன் தண்ணீர் வழங்கி 6 மாதங்களுக்குச் சமாளிக்கும் வழிமுறை போர் எதிர்கொள்ளும் உத்திகளில் ஒன்றாக பேசப்பட்டது. அரை காலன் தண்ணீர் என்பது தோராயமாக இரண்டு லிட்டர். போர்க் காலங்களில் மட்டுமின்றி மக்கள் எண்ணிக்கைக்கும் தேவைக்கும் ஏற்ப 'சமாளிக்கும்' உத்திகள் காலந்தோறும் சென்னையில் பின்பற்றப்பட்டன.

1771-ல் கேப்டன் ஜார்ஜ் பேக்கர் ஏழு கிணறுகளில் இருந்து கோட்டைக்குத் தண்ணீர் கொண்டுவரும் திட்டத்தை முன் மொழிந்தார். புதிய நீர்த்தேக்கம், புதிய கிணறுகளை உருவாக்குவது. சற்று மேடான இடத்தில் நீர்த்தேக்கத்தை அமைத்து இரும்புக் குழாய் உபயோகித்து புவியீர்ப்பு விசை மூலம் கோட்டைக்குள் தண்ணீரைக் கொண்டு வருவது. நீர்ச் சேகரிப்பு தொட்டிகளை மண்ணுக்குள் புதைந்து இருக்கும்படி அமைப்பதால் புவியீர்ப்பு விசை தவிர்த்து எந்திரங்கள் தேவைப்படாது. பெத்தநாயக்கன் பேட்டையில் இருந்து

கொண்டு வரப்படும் நீர், கோட்டைக்குள் மட்டுமில்லாது கடற் வாயிற்கதவு அருகில் படகுகள் மூலம் கப்பலுக்கும் கொண்டு செல்லலாம். இதை நிர்வகித்து நானே கட்டணம் வசூலிக்கிறேன் என அவர் கூறியதை ஏற்றுக் கொண்டது அரசு. நீர்த் தேக்கம், கிணறு, தொட்டி அனைத்தும் குண்டு விழுந்தாலும் பாதிக்காத வகையில் பாதுகாப்பாக கட்டும்படியும் அறிவுறுத்தப்பட்டது.

இதன் மூலம் எதிரிகள் கோட்டையை முற்றுகையிட்டாலும் நான்கிலிருந்து ஆறு மாதங்களுக்குக் கைவசம் சேமிக்கப்பட்ட நீர் இருக்கும். கிணறுகளில் இருந்து மனிதர்கள் நீர் இரைத்து வண்டிகளில் நிரப்பிக் கோட்டைக்கும் நகர் முழுக்கவும் கொண்டு செல்வதால் ஏற்படும் செலவு குறையும். நீர்ப் பற்றாக்குறை சிக்கலுக்கும் தீர்வு கிடைக்கும். நல்ல யோசனை என்று ஒப்புக் கொள்ளப்பட்டு அனுமதி கிடைத்தது. இருபத்தோரு ஆண்டுகள் இந்த அமைப்பை நிர்வகித்து பொருள் ஈட்டி பின் கம்பெனியிடம் விற்றுவிட்டார் பேக்கர். இப்போது இரண்டு கிணறுகள் மட்டுமே இருந்தாலும், 'ஏழு கிணறுகள் அரசுத் தண்ணீர்ப் பணிகள் திட்டம்' வெற்றிகரமாக நூறாண்டுகளுக்கு மேல் பயன்பாட்டில் இருந்தது. ஜார்ஜ் டவுனில் இப்போதும் பேக்கர் பெயரில் ஒரு தெரு இருக்கிறது. ஆங்கிலேயர்கள் நம் ஊர்ப் பெயர்களை தப்பும் தவறுமாக எழுதியதற்குப் பழிவாங்குவது போல ஒவ்வொரு பலகையிலும் ஒவ்வொரு ஸ்பெல்லிங் இருக்கும். எல்லாமே ஒரே பேக்கரைத்தான் குறிக்கிறது.

ஏழு கிணறுகள் காலம் முடிந்த போது சென்னைக்கு வெளியே இருந்து தண்ணீர் கொண்டு வருவது பற்றியும், நிலத்தடி நீரை ஆழ்துளைக் கிணறுகள் மூலம் பயன்படுத்துவது பற்றியும் ஆய்வுகள் மேற்கொள்ளப்பட்டன. பாறைகளும் மணலும் மட்டுமே இருந்ததால் ஆய்வுக்குப் பிறகு நிலத்தடி நீர்த் திட்டம் 1885-ல் கைவிடப்பட்டது. சென்னையில் இருந்து இருபது மைல் தூரத்தில் இருந்த கொசஸ்தலை ஆற்றில் இருந்து நீர் கொண்டு வரும் யோசனை சாத்தியமானது. ஆற்றின் குறுக்கே தாமரப்பாக்கத்தில் அணை கட்டப்பட்டது. அங்கிருந்து சோழவரம் ஏரிக்குக் கால்வாயின் மூலம் தண்ணீர்

நிரப்பப்பட்டது. மற்றொரு கால்வாய் செங்குன்றம் ஏரியை இணைத்தது. செங்குன்றத்தில் இருந்து மதராஸுக்குத் தண்ணீர் கொண்டுவரவும் புவியீர்ப்பு விசையே பிரதானமாகப் பயன்படுத்தப்பட்டது. **1872**-ஆம் ஆண்டு தொடங்கியது இத்திட்டம்.

நீர் சுத்தப்படுத்துதல், குழாய்கள் பராமரிப்பு, ஏரிக்கு நீர்வரத்தை அதிகரிக்கும் வழிகள், மேலதிக அணை கட்டும் யோசனை எல்லாம் தொடர்ந்து கொண்டே இருந்தன. இருபத்தொன்றாம் நூற்றாண்டில் கூடுதல் தேவைக்காக வீராணம் ஏரியில் இருந்து தண்ணீர் கொண்டுவரும் திட்டம் தொடங்கப்பட்டது. சுற்றியிருக்கும் இடங்களில் இருந்து நீரை உறிஞ்சி விடுவதாகச் சென்னை மீது தொடர்ந்து குற்றம் சுமத்தப்படுகிறது. எல்லாம் தமிழ் சினிமாக்கள் சொல்லிக்கொடுப்பது. மாநிலத்தின் பல்வேறு பகுதிகளில் இருந்தும் மாநிலத்துக்கு வெளியே இருந்தும்கூட சென்னைக்கு மக்கள் வந்து குடியேறுகிறார்கள். தண்ணீர் மட்டும் வெளியில் இருந்து வருவதைக் கேள்விக்கு உள்ளாக்குவதில் லாஜிக் இல்லை. நகருக்கு உள்ளே வெளியே எனப் பிரித்துப் பேசுவதைப் போல மாநிலங்களுக்கு இடையேயான புரிதல் இன்மையால் தமிழகம் முழுக்கவே சிக்கலுக்குரிய ஒன்றாகவே தண்ணீர் இருக்கிறது.

செத்துப்போன ஆறுகள்

வளர்ந்து கொண்டிருந்த நகரம், குடிநீர் உள்ளேவர இவ்வளவு திட்டங்கள் போடுகிறீர்களே, கழிவுநீர் வெளியேற எப்போது திட்டமிடுவீர்கள் எனக் கதறிக் கொண்டிருந்தது. 1662-ல் இந்தியர்கள் குடியிருப்புக்கு மேற்கே ஓடும் ஆறு பற்றிய பயணிகள் குறிப்பொன்று உள்ளது. எச்.டி.லவ் அது ஆறல்ல, கழிவுநீர்க் கால்வாய் என்கிறார். ஆங்கிலேயர்கள் துணி வியாபாரத்தில் அதிக கவனம் செலுத்தினர். சிந்தாதிரிப்பேட்டை, காலடிப்பேட்டை, வண்ணாரப்பேட்டை குடியிருப்புகள் நெசவாளர்களுக்கு என்றே உருவாக்கப்பட்டவை. துணி உற்பத்தி, சாயமிடுதல், கலம்காரி வேலைப்பாடுகள் அனைத்துக்கும் நீர் அதிகம் தேவைப்பட்டது. துணிகளை உலர்த்த வசதியாக இருக்கும் என்றே ஆற்றோரப் பகுதிகள் குடியிருப்புகளாகத் தேர்ந்தெடுக்கப்பட்டன.

1726-ல் பெத்தநாயக்கன் பேட்டையில் கம்பெனி துணிகளைத் துவைக்கப் பயன்பட்ட 14 தொட்டிகளை அகற்றிவிட்டு திருவல்லிக்கேணி அருகில் கூடுதலாகத் துவைக்கும் அமைப்பை ஏற்படுத்தவும் சத்திர வாயிற் கதவு அருகே ஆற்றுக்குக் கழிவுநீர்க் கால்வாய் அமைக்கவும் ஸ்டீபன் நியூகம் பணியில் அமர்த்தப்பட்டார். இப்படி அருகில் இருந்த ஆற்றை நோக்கி சிறியதும் பெரியதுமாக கழிவுநீர்க் கால்வாய்கள் ஓடிக்கொண்டிருந்தன. கலைத்திறனே இந்தியத் துணிகளை ஐரோப்பியர்கள் வாங்க முதற்காரணம்.

காலப்போக்கில் இது மாறியது. காலிகோ துணி டெனிம் போன்று மொடமொடப்பாகவும் இல்லாமல் மஸ்லின் போன்று மெலிதாகவும் இல்லாமல் இடைப்பட்ட தரத்தில் இருக்கும் பருத்தித் துணி. சலியா, சலியர், கலியன்ஸ் என்றழைக்கப்பட்ட கோழிக்கோட்டின் பூர்வீக நெசவாளர்களால் நெய்யப்பட்டது.

தாமரைப்பூ அச்சிடப்பட்ட காலிகோ துணி பற்றிய குறிப்புப் பன்னிரண்டாம் நூற்றாண்டிலேயே இருக்கிறது. ஐரோப்பியர்களின் வழக்கமான கம்பளியைவிட அச்சிடப்பட்ட இந்தியக் காலிகோ துணி அதிக வரவேற்பைப் பெற்றது. தங்கள் உள்ளூர் வியாபாரத்தைப் பாதிக்கிறது என இங்கிலாந்தில் அச்சிடப்பட்ட இந்தியக் காலிகோ துணிகள் மீது வரிகளும் தடைகளும் விதிக்கப்பட்டன. இதன் காரணமாக ஐரோப்பியர்கள் அச்சிடப்படாத காலிகோ துணிகளை அதிகம் வாங்கித் தம் நாட்டில் அச்சிட்டு மதிப்புக் கூட்டினர். இதனால் கலைநயம் மிக்க உயர்தரமான படைப்பு குறைந்து மூலப்பொருள் மட்டும் உருவாக்கும் இடமாக இந்தியா மாற்றப்பட்டது. மூலப்பொருள் தொழிற்சாலையில் இருந்து கழிவுகள் அதிகளவில் வெளியேறுவது இயல்பு. மதராஸ் சுற்றுச்சூழல் கேடு அப்போதே ஆரம்பித்துவிட்டது.

கல்கத்தாவில் அட்டர்னி ஜெனரலாக இருந்து மதராஸ் வந்த ஸ்டீபன் பாப்பம் நகரின் சீர்திருத்தப் பணிகளில் நிறைய யோசனைகளைச் செயல்படுத்தினார். போலீஸ் அமைப்பு உருவாக்கத்தில் ஆலோசனை சொன்ன அதே நபர்தான். பாப்பம், கருப்பர் நகரில் தன் வீட்டின் எதிரில் இருந்த சேற்று நிலத்தை வாங்கிப் பெரிய பாதையும் (popham's broadway), கழிவுநீர்க் கால்வாய் ஒன்றும் அமைக்கும் திட்டத்தை 1778-ல் அரசின் முன் வைத்தார்.

அட்டப்பள்ளம் பகுதியில் பூமிக்கடியில் சில அடிகள் தோண்டி அமைக்கப்படும் கால்வாய்க்குத் தேவையான நிலத்தை அரசு கையகப்படுத்தித் தரவேண்டும் என்றும் அங்கு அமைக்கப்படும் கால்வாய் எந்தவிதத்திலும் கம்பெனியின் சிவில் ராணுவ பணிகளுக்கு தொந்தரவு ஏற்படுத்தாது என்றும் உறுதியளித்தார். இந்த யோசனை வெற்றியடையும் சாத்தியக் கூறுகள் பற்றிய சந்தேகத்தினால் தானே பணம் செலுத்தி நிலத்தை வாங்கிக்

கொள்வதாகக் கூறினார். அரசு சம்மதித்து இந்த யோசனை செயல்படுத்தப்பட்டது. 1780-ல் இவருடைய வீட்டுக்கு வந்திருந்த திருமதி ஃபே தன் கடிதத்தில் இந்த கருப்பர் நகரத் திட்டம் பற்றியும், பாப்பம் இதன் மூலம் பெரும் செல்வம் ஈட்ட முடியும் என்று நம்புவது பற்றியும் குறிப்பிட்டுள்ளார்.

ஸ்டீபன் பாப்பம் மதராஸ் நகர் முழுக்கக் கழிவுநீர்க் கால்வாய்கள், விளக்குகள் அமைக்கவும், பிறப்பு, இறப்பு சான்றிதழ்கள், சாராயக்கடை உரிமம் உள்ளிட்டவைகளையும்கூடப் பரிந்துரைத்தார். மதராஸ் பஞ்சத்தால் தாமதம் ஏற்பட்டாலும் பல திட்டங்கள் படிப்படியாகச் செயல்படுத்தப்பட்டன. 1639 முதல் 1782 வரை எட்டு முறை பஞ்சம் உண்டானதாக பிரிட்டிஷ் குறிப்புகள் தெரிவிக்கின்றன.

முத்தியால்பேட்டை, பெத்தநாயக்கன்பேட்டை இடையே இவர் உண்டாக்கிய சாலை இவர் பெயரால் 'பாப்பம்ஸ் ப்ராட்வே' என அழைக்கப்பட்டது. பிரகாசம் சலை எனத் தற்போது புதிய பெயரில் உள்ளது. நெருக்கடியான தெருக்கள் நிறைந்த இந்தப் பகுதியில் இந்த விசாலமான சாலையைப் பெயர்ப்பலகை இல்லாமல் தற்போது கூட அடையாளம் கண்டுவிட முடியும். பதினெட்டாம் நூற்றாண்டில் ப்ராட்வேயில் இருந்து சென்ற முல்லிகதவ்னி சூப் (mulligatawny soup) உலகம் முழுக்க வெகு பிரபலம். பேட் மேனின் விருப்பத்துக்குரிய நம் ஊர் முல்லிகதவ்னியை நாம் இதுவரை அறியவில்லையே எனக் குழம்பவேண்டாம். மிளகுத் தண்ணி ரசத்தைத்தான் அப்படி உச்சரித்திருக்கிறார்கள். பாப்பம், குதிரை வண்டியில் இருந்து தவறி விழுந்து ஏற்பட்ட காயத்தால் 1795-ல் காஞ்சிபுரத்தில் இறந்தார்.

சென்னைக்கு மிக அருகில் உள்ள விழுப்புரம் என கூறும் அளவுக்குச் சென்னை பெருத்துவிட்டது. சமகாலத்தில் நடந்த சிங்காரச் சென்னை, கூவம் தூய்மைப்படுத்தல் பணிகள் எதுவும்கூடப் பலனளிக்கவில்லை. குடிநீரின் பற்றாக்குறையைப் போலவே சென்னை மாநகரில் கழிவுநீர் வெளியேறுவதும் பெரும் சவாலாகவே உள்ளது. 2023-ஆம் ஆண்டு சென்னையின் ஆறுகளான அடையாறு, கூவம், பக்கிங்ஹாம் கால்வாய் மூன்றும் செத்துப் போனதாக அதிகாரப்பூர்வமாக அறிவிக்கப்பட்டன.

காசு, பணம், துட்டு

வட இந்தியாவில் முகலாயர்கள் ஆட்சி தென்னிந்தியாவை விட வலுவாக இருந்தமையால் அங்கே பெரும்பாலும் ரூபாய் புழக்கத்தில் இருந்தது. தென்னிந்தியாவில் பகோடாக்கள். நாணயத்தின் ஒருபுறம் விஷ்ணுவின் அவதாரமான வராக உருவமும் மறுபுறம் கோயில் கோபுரமும் இருந்தது. எனவே நாம் நாணயத்தை பெரும்பாலும் வராகன் என்றே குறிப்பிட்டோம். போர்ச்சுகீசியர்கள் கோபுர உருவத்தைக் குறிப்பிடும் பகோடா என்ற சொல்லில் அழைத்தார்கள். பகோடா என்ற சொல்லின் வேர் சீனா, பர்மா நாடுகளில் இருந்து வந்தது. ஐந்தடுக்குக் கோபுரம் உள்ள வழிபாட்டிடத்தை அவர்கள் பகோடா என்று அழைத்தார்கள்.

எச்.டி.லவ் நூலில் உள்ள உரையாடல் ஒன்றின் மொழியாக்கம் இது. முதலாளி வேலைக்காரரிடம் டாலர்களை இந்தியப் பணமாக மாற்றிக் கொண்டுவரச் சொல்கிறார். இந்த உரையாடல் *1740-1745* காலகட்டத்தில் நடந்தது.

முதலாளி: இந்த ரிக்ஸ் டாலர்களை விற்று எனக்குப் பதினைந்து பகோடாக்கள், மூன்று ரூபாய்கள், முப்பது ஃபணம் (fanam) வாங்கி வா. அதில் நான்கு ஃபணத்துக்கு துட்டுகளும், இரண்டு ஃபணத்துக்கு காசுகளும் வேண்டும்.

முத்து: சார் நீங்கள் கொடுத்த டாலர்களை நீங்கள் கேட்டபடி மாற்றி வாங்கியிருக்கிறேன். கணக்கு இங்கே இருக்கிறது.

முதலாளி: எந்த நகரில் இந்தப் பகோடாக்கள் உருவாக்கப் படுகிறது?

முத்து: நாகப்பட்டினம், புலிகாட் (பழவேற்காடு), ஷென்ஷே (செஞ்சி), ஆர்காட், ஆரணி, ஸ்ரீரூட்டனாப்பளி (திருச்சிராப்பள்ளி), ட்ராக்குபர் (தரங்கம்பாடி), செயிண்ட் ஜார்ஜ் கோட்டை இங்கெல்லாம் உருவாக்கபடுகின்றன.

முதலாளி: இத்தனை இடங்கள் இருக்கிறதே, இவற்றில் எந்த பகோடா சிறந்தது?

முத்து: நாகப்படினத்திலும் புலிகாட்டிலும் அச்சிடப்படும் பகோடாக்களே அனைத்திலும் சிறந்தவை.

முதலாளி: பகோடாவில் என்ன உருவம் அச்சிடப்பட்டுள்ளது?

முத்து: பகோடாவிலும் ஃபணத்திலும் வெங்கடேஸ்வரன் உருவம் அச்சிடப்பட்டுள்ளது.

முதலாளி: வெங்கடேஸ்வரன் யார்? ஆணா? பெண்ணா?

முத்து: வெங்கடேஸ்வரன் ஜெண்டுக்களின் கடவுள்.

முதலாளி: எதற்கு பகோடாக்களில் உருவம் பதிக்கப்பட்டுள்ளது?

முத்து: சார், இதைப் பற்றி எனக்கு அதிகம் தெரியாது. பிராமணர்களைக் கேட்டு வேண்டுமானால் சொல்கிறேன்.

முதலாளி: கேட்டு வந்து நாளைக்குச் சொல். ரூபாயில் என்ன எழுதியிருக்கிறது என்று தெரியுமா?

முத்து: அதெல்லாம் பெர்ஷிய மொழி எழுத்துகள் சார்.

முதலாளி: ரூபாய் எங்கே அச்சடிக்கப்படுகிறது?

முத்து: செயிண்ட் ஜார்ஜ் கோட்டை, மயிலாப்பூர், நாகப்பட்டினம், ஆற்காடு, சூரத், பாம்பேவில் ரூபாய் நாணயங்களைத் தயாரிக்கிறார்கள்.

முதலாளி: ஒரு பகோடாவுக்கு எத்தனை ரூபாய்கள் கிடைக்கும்?

முத்து: சில சமயம் மூன்று ரூபாய், சில சமயம் மூன்றரை ரூபாய் கணக்கிடுவார்கள். சில நேரங்களில் மூன்று ரூபாய்களும் மூன்று ஃபணமும் கொடுப்பார்கள்.

முதலாளி: எத்தனை ஃபணம் ஒரு பகோடாவுக்கு மாற்றாகக் கொடுப்பார்கள்?

முத்து: முப்பத்தாறு ஃபணம் ஒரு பகோடா ஆகும். பணத்தை மாற்றுவதற்கு ஆஜியோ தொகையாக சில சமயம் இரண்டு, மூன்று, நான்கு துட்டுகளும் சில சமயங்களில் அதற்கு மேலும் வசூலிப்பார்கள்.

முதலாளி: எத்தனை துட்டுகள் சேர்ந்தது ஒரு ஃபணம்?

முத்து: எட்டு துட்டுகள் சேர்ந்தால் ஒரு ஃபணம்.

தங்கம், வெள்ளி, செப்பு உலோகங்கள் நாயணங்களாக அச்சடிக்கப்பட்டன. வெள்ளிப் பணம் 1688-ஆம் ஆண்டுக்குப் பிறகே புழக்கத்துக்கு வந்தது. ஆகக் குறைய மதிப்புடையது காசு. செப்பு (copper) உலோகத்தால் ஆனது. இந்தக் காலகட்டத்தில் ஜார்ஜ் கோட்டையில் 80 காசுகள் சேர்ந்தால் ஒரு ஃபணம். பழவேற்காட்டில் 24 காசுகள் ஒரு ஃபணத்துக்கு ஈடாகும். பழைய விஜயநகரப் பகோடாவில் விஷ்ணுவின் உருவம் இரு மனைவிகளுடனோ இல்லாமலோ இருந்தது. இன்னொரு பக்கம் அச்சிடப்படாமல் இருந்தது. கோல்கொண்டா பகோடா ஐந்தில் ஒரு அங்குலம் அளவில் விஜயநகரத்தின் பெயர் தேவநாகரி எழுத்தில் பொறிக்கப்பட்டதாக இருந்தது. பிரிட்டிஷ் வழக்கம் போல கடைசி எழுத்தை விழுங்கி பகோட், பகோட்ஸ் என்று உச்சரித்தார்கள்.

உலோகங்களின் தூய்மை கொஞ்சம் முன்னே பின்னே இருந்தது. 74, 70 மிக மோசமான அளவாக 50 சதமான கலப்பு கூட இருந்தது. இதைப் பயன்படுத்துபவர்களைக் கண்டுபிடித்தால் சிறைத் தண்டனை விதிக்கப்பட்டது. தங்க நாணய மதிப்புக் குறைவுச் சிக்கல் வெகு காலமாக உணரப்பட்ட ஒன்றாக இருந்தது. நாகப்பட்டின முத்திரையுடன் அதிக அலோய் சேர்த்த சைனா பகோடாக்கள் வரவுக்குப் பிறகு 1730-ஆம் ஆண்டு ஜி.எம்.பிட் புதிய பகோடா ஒன்றை அச்சிட்டார். நல்ல

தரமான தங்கத்தில் அச்சடிக்கப்பட்ட இந்த நாணயங்களில் எம்.எம். என்று பொறித்தார்.

நவாபுக்கு வரி செலுத்தும் போது அவர் இதை ஏற்க மறுத்துவிட்டார். வரி செலுத்தும் போது நாவாப் கேட்ட நாகப்பட்டினம் பகோடாவாக மாற்றிக் கொடுத்தார்கள். தொல்லை பிடித்த இந்த வேலையினால் ஐந்தாண்டுகளுக்குப் பிறகு எம்.எம். பகோடாக்கள் கைவிடப்பட்டன. அவற்றைத் திரும்பப் பெற்றுக் கொண்டனர். தற்கால பணமதிப்பிழப்பு நடவடிக்கையுடன் ஒப்பிடமுடியாது. உலோகம் என்பதால் உருக்கி அச்சடித்தால் போதும். பொருளாதாரச் சீர்குலைவு ஒன்றும் ஏற்படவில்லை. நாணயத்தை மாற்ற வரிசையில் நின்றார்களா என்பது பற்றிய தகவல்கள் இல்லை.

பிரெஞ்சுத் தாக்குதலில் உருக்குலைந்த மின்ட்டுக்குப் பதில் வேறு அச்சுக்கூடம் உருவாக்கப்பட்டது. லிங்க செட்டி மின்ட் கான்ட்ராக்டராக இருந்துள்ளார். மதராஸ் பணத்தை அச்சடிக்க ஒரு முறை உருக்கினால் போதும். ஆற்காட் பணத்தை அச்சடிக்க இருமுறை உருக்கவேண்டும் என்று அதிக அலவன்ஸ் கேட்டிருக்கிறார். இவர் பெயரில் லிங்கிச் செட்டித் தெரு இன்றும் உள்ளது. தரத்தை உறுதிசெய்ய அஸேமாஸ்டரும் (assay master) நியமிக்கப்பட்டார். நாணயங்களைத் தாங்களே அச்சடித்துக் கொள்ளும் உரிமை பெற்றது ஆங்கிலேயர்களுக்குப் பெருமளவில் பணத்தை மிச்சப்படுத்தியது. **1835**-ஆம் ஆண்டு கல்கத்தா கமிட்டியின் பரிந்துரையின் பேரில் பிரிட்டிஷார் ஒரே மாதிரியான நாணயத்தை அறிமுகப்படுத்தினர். ஒரு பக்கம் பிரிட்டிஷ் அரசரின் மார்பளவு உருவமும் மறுபக்கம் நாணயத்தின் மதிப்பும் அதில் அச்சிடப்பட்டிருந்தது.

ரூபாய் நோட்டுகள் தனியார் வங்கிகளால் பிராமிஸரி நோட்டுகளின் வடிவத்தில் அளிக்கப்பட்டன. இதனால் ஏற்பட்ட சிக்கல்களைத் தொடர்ந்து ரூபாய் நோட்டுகளை அச்சடிக்கும் உரிமையை அரசுக்கு அளித்து **1861**-ஆம் ஆண்டு சட்டம் நிறைவேற்றப்பட்டது. இந்தியா சுதந்தரம் பெற்று குடியரசான பிறகு புதிய நாணயங்கள், நோட்டுகள் அச்சிடப்பட்டன. தற்காலத்தில் டிஜிட்டல் பணத்தை நோக்கிச் சென்று கொண்டிருக்கிறோம். இன்று வட சென்னையில்

தங்கசாலை என்று தமிழிலும் மிண்ட் என்று ஆங்கிலத்திலும் அழைக்கப்படும் பகுதி மிக நீளமான தெருக்களில் ஒன்று. பத்தொன்பதாம் நூற்றாண்டில் நாணய அச்சுக்கூடம் இங்கு செயல்பட்டது.

அச்சடித்துப் பரப்பிய அறிவு

ஐரோப்பியர்களின் வருகையால் நூல்களை அச்சிடும் தொழில்நுட்பமும் நமக்கு பதினாறாம் நூற்றாண்டிலேய வந்துவிட்டது. சீனர்கள் அச்சுக் கலையில் முன்னோடியாக இருந்தாலும் புதியவகைத் தொழில்நுட்பம் ஆசியாவிலேயே இந்தியாவுக்குத்தான் முதலில் வந்தது. 1556-ஆம் ஆண்டு கிறித்துவ மதத்தைப் பரப்பும் நோக்கில் அச்சடிக்கும் இயந்திரங்களைக் கொண்டுவந்தார்கள். தமிழைக் கற்றுக் கொண்டு தமிழ் நூல்களை அச்சடித்து கிறித்துவம் பரப்பிய பார்த்தலோமியூ சீகன்பால்கு 1715-ல் தரங்கம்பாடியில் புதிய ஏற்பாட்டைத் தமிழில் அச்சடித்தார். ஆங்கிலேயர்கள், 1761-ஆம் ஆண்டு பாண்டிச்சேரி முற்றுகையின் போது அங்கிருந்து தூக்கிவந்த அச்சு இயந்திரத்தை வைத்து எஸ்.பி.சி.கே. (Society for Promoting Christian Knowledge SPCK) வேப்பேரி அச்சகம் தொடங்கப்பட்டது.

கேள்வி பதில் போன்ற நடையில் உள்ள கிறித்துவ மொழிப் பிரசார நூல்கள், தமிழ் ஆங்கில அகராதிகள், தெலுங்கு மொழி இலக்கணம், நாள்காட்டி எல்லாம் அச்சிடப்பட்டன. தனியார் அச்சுக்கூடங்கள் பத்தொன்பதாம் நூற்றாண்டின் பிற்பகுதியில்

உருவாகின. மதராஸின் முதல் பத்திரிகை மதராஸ் கொரியர் 1785-ல் வெளிவர ஆரம்பித்தது. அரசின் செய்திகளை அதிகாரப்பூர்வமாக மக்களிடம் கொண்டு சென்றது இந்த பத்திரிகை. இதன் பிறகு மதராஸ் கெசட் என்ற இன்னொரு பத்திரிகையும் 1795-ல் ஆரம்பிக்கப்பட்டது.

மதராஸ் கொரியரில் வர்த்தக இல்லம் (Exchange house) கட்ட நிதி சேகரிக்கும் நோக்கில் லாட்டரி டிக்கட்டுகள் விற்பனை அறிவிப்பு ஒன்று வெளியானது. 1787-ல் தனி வர்த்தகர் ஒருவர் வர்த்தகப் பரிவர்த்தனைக் கட்டடத்தின் தேவையை வலியுறுத்தி கோரிக்கை வைத்தார். "வணிகர்கள், வர்த்தகர்கள் சந்தித்துப் பேச பொதுவான இடம் ஒன்று தேவைப்படுகிறது. உள்ளூர்த் தரகர்களும் கடல் துபாஷிகளும் தரும் தொல்லைகளையும் மோசடிகளையும் தவிர்க்க இங்கிலாந்தில் உள்ளது போல் சரக்குகளின் மாதிரிகளைக் காட்சிப்படுத்தினால் வியாபாரம் பேச எளிதாக இருக்கும். வர்தகப் பரிவர்த்தனைகளை மேற்கொள்ளும் அறை, தரகர் அலுவலகம், காப்பி குடிக்கும் அறை, கமிட்டி அறை, வணிகர்கள் சந்திக்கும் அறை, டப்ளின் நகரில் உள்ளது போல வணிக ஒப்பந்தங்களின் சர்ச்சைகளையும் வேறுபாடுகளையும் பேசித் தீர்க்கும் இடம் எல்லாம் உள்ளடங்கியதாக ஒரு இடம் தேவை" என்று கடிதம் எழுதினார்.

இதனால் நீதிமன்றங்களின் வழக்குகள் கூட குறைந்து இங்கேயே பேசி முடிவாகிவிடும் என்ற அவர் யோசனையை ஏற்றுக்கொண்டு கோட்டையின் கிழக்கில் உள்ள கடல் வாயிற்கதவுக்கு அருகில் இருந்த இல்லம் தேர்வானது. அங்கிருந்து பார்த்தால் கடலும் கப்பலும் நன்றாகத் தெரியும். இத்தனை வசதிகளுடன் கட்டடம் கட்ட தேவையான நிதிக்குத்தான் லாட்டரி திட்டம். முதல் பரிசு 5,000 பகோடாக்கள், 2,500, 1,000, 500 என்று போய் கடைசியில் 20 பகோடாக்கள் பரிசு மட்டும் 3212 பேருக்கு. செலவு போக நிகர லாபம் 10,000 பகோடாக்கள் வரும் எனக் கணக்கிடப்பட்டது. வீடு பத்தாயிரம் பகோடாக்களுக்கு வாங்கப்பட்டு கம்பெனி சார்பில் கிடங்கும் மற்ற அறைகளும் கட்ட மேலும் 25,000 பகோடாக்கள் மதிப்புள்ள 25 ஷேர்கள் உருவாக்கபட்டன.

பத்திரிகையில் செய்தி வெளியான அடுத்த மாதம் லாட்டரி எல்லாம் சட்ட விரோதம், தவறு என்று அதே பத்திரிகையில் கடிதங்களும் வெளியானது. அந்த மொட்டை கடிதாசியின் கீழ் எக்ஸ், ஒய் என்ற கையெழுத்து மட்டுமே. கடிதங்களை எழுதியது யார் என்ற தகவலை பத்திரிகை ஆசிரியர் கடைசிவரை சொல்ல மறுத்துவிட்டார். அதிகாரிகள் மேலிடத்தில் கருத்துக் கேட்டு அவர்கள் அனுமதித்த பின் லாட்டரி விற்பனை சுமூகமாக நடந்தது.

தற்போது, ஜார்ஜ் கோட்டையினுள் அருங்காட்சியகமாக செயல்படுகிறது அந்த வர்த்தக இல்லம். காலனியாதிக்கத்தில் பயன்படுத்தப்பட்ட பொருள்கள், கோட்டையின் வரைபடம், ராஜா, ராணி, ஆளுநர்களின் ஓவியங்கள், நகரின் ஓவியங்கள் எல்லாம் பார்வைக்கு வைக்கப்பட்டுள்ளன. பொதுமக்கள் தாராளமாகச் சென்று வரலாம். முக்கியமாக, பழங்காலத்தில் இருந்து தற்காலம் வரை பயன்படுத்தப்பட்ட நாணயங்களைப் பார்வையிடத் தனித் தளமே இருக்கிறது. இந்திய-பிரெஞ்சு, இந்திய-டேனிஷ், இந்திய-போர்ச்சுகீசு, வங்காளம், பம்பாய் உள்ளிட்ட பல வகை நாணயங்கள் கால வரிசையுடன் இங்கு காட்சிப்படுத்தப்பட்டுள்ளன. எதற்கென்று யூகிக்க முடியாமல் நிலவறை ஒன்றும் இருக்கிறது. சமீபத்திய பராமரிப்புப் பணியின் போது கண்டுபிடிக்கப்பட்ட இந்த நிலவறையின் ஆழம் மூன்றடி.

'மதராஸ் குரியர்' பத்திரிகையில் 1789ஆம் ஆண்டில் பதிவான செய்தியின் அடிப்படையில் பான்தியன் கட்டடம் கேளிக்கைகளுக்காகப் பயன்படுத்தப்பட்டதை அறிய முடிகிறது. பான்தியன் சாலையில் தற்போதுள்ள அரசு அருங்காட்சியகத்துக்கு மூலாதாரமாக விளங்கியது இந்த பான்தியன் கட்டடம்.

க்ரேட் ஹவுஸ்

கோட்டையின் நடுவில் இருந்த ஆளுநர் இல்லம் ஒரு ஆல் பர்பஸ் இல்லமாக இருந்தது. அலுவலகம் அங்கே இருந்தது. ஆளுநரும் அவர் குடும்பமும் வசித்தார்கள். மத ஆலோசனைகள் கூறப் பாதிரியார் இருந்தார். எழுத்தர்கள் தங்கும் அறைகள் இருந்தன. அனைவரும் பொதுவாக உணவுண்ணும் அறை இருந்தது. சாப்பாட்டு மேசையில் அனைவரும் கூடி உணவுண்பதால் ஏற்பட்ட குழப்பங்களையும் சண்டைகளையும் சமாளிக்க முடியாமல் இவ்வழக்கம் பின்னர் கைவிடப்பட்டது. ஆளுநரும் அவர் தம் குடும்பத்தோடு தனி வீட்டில் தங்க ஆரம்பித்தார்.

ஆளுநர்கள் நிம்மதியாக பொழுதைக் கழிக்க பதினேழாம் நூற்றாண்டின் இறுதியிலே தோட்ட இல்லங்கள் உருவாக்கப்பட்டன. கம்பெனியின் முதல் தோட்டம் தற்போதுள்ள சட்டக்கல்லூரிக்கு அருகில் தோட்ட மாடத்துடன் உருவாக்கப்பட்டதாக 'மதராஸின் கதை'யில் கிளின் பார்லோ குறிப்பிடுகிறார். இன்றைய கிண்டி ராஜ்பவன் ஆளுநர் மாளிகையை அன்றைய மதராஸ் ஆளுநர் தாமஸ் மன்றோ *(1821)* ஆளுநர் இல்லம் அமைக்கத் தேர்வு செய்தார். "கவர்னர் தன்னுடைய பொதுப்பணியை எந்தக் குறுக்கீடும் ஏற்படாமல் செய்வதற்கு நகருக்கு வெளியே ஓர் இல்லம் அல்லது அரசினர் தோட்டம் தேவை" என்று குறிப்பெழுதியுள்ளார். 'கிண்டி

லாட்ஜ்' கில்பர்ட் ரிச்சட்டுக்குச் சொந்தமாக இருந்தது. பன்னிரெண்டாயிரம் பகோடாக்களுக்கு வங்கியில் கிண்டி லாட்ஜை அடமானம் வைத்தார் கில்பர்ட். அவர் இறந்த பிறகு கடனுக்கு ஈடாக கிண்டி லாட்ஜை எடுத்துக் கொண்டது வங்கி. ரிச்சட் வேறு ஒருவரிடமும் இதை அடமானம் வைத்திருந்ததால் சட்டச் சிக்கல் ஏற்பட்டு நீதிமன்றம் வங்கி சார்பாகத் தீர்ப்பு வழங்கியது. 12,000 பகோடாக்களுக்கு ஆங்கில அரசு கிண்டி லாட்ஜை வங்கியிடமிருந்து வாங்கியது. அருகில் இருந்த ஜோசப் ஷேமியர் நிலத்தையும் 2,500 பகோடாக்களுக்கு வாங்கி இணைத்து ஆளுநர் இல்லம் (தற்போதைய கிண்டி ராஜ்பவன்) உருவாக்கப்பட்டது.

க்ரேட் ஹவுஸ், அட்மிரால்டி ஹவுஸ், க்ளைவ் ஹவுஸ் என்று பல பெயர்களில் அறியப்படும் இல்லமும் வரலாற்று சிறப்பு மிக்கது. இன்று தொல்லியல் துறை கட்டுப்பாட்டில் அவர்களின் அலுவலகமாக செயல்படுகிறது. கோட்டைக்குள்ளே வசிக்க ஆரம்ப காலத்தில் போர்ச்சுகீசியர்களுக்கும் ஆர்மேனியர்களுக்கும் அனுமதி இருந்த காலத்தில் கோஜா நசர் ஜான் (1702) உடைமையாக இந்த இல்லம் இருந்தது. பணக்கார ஆர்மேனிய வர்த்தகர் இவர். ஐந்தாம் நூற்றாண்டில் இருந்து ஆர்மேனியர்கள் இந்தியாவுக்கு வந்த குறிப்புகள் இருந்தாலும் பதினாறாம் நூற்றாண்டில்தான் அதிகளவில் இங்கே வந்தார்கள்.

மதராஸில் மஸ்லின் போன்ற உயர்தரத் துணிகள், வைரங்கள், ரத்தினங்களை வியாபாரம் செய்தார்கள். இவர்கள் வணிகம் செய்த தெருதான் பவழக்காரத் தெரு. ஆட்சி அதிகாரம் பக்கம் செல்லாமல் வணிகம் செய்து பொருளீட்டும் வேலையை மட்டும் கண்ணும் கருத்துமாகப் பார்த்தார்கள். சென்னை உயர்நீதிமன்றத்துக்கு எதிரே இருக்கும் அரண்மனைக்காரத் தெரு ஆர்மேனியர்கள் அதிகளவில் குடியிருந்த பகுதி. ஆங்கிலத்தில் ஆர்மேனியன் தெரு. 1712 ல் கட்டப்பட்ட சிறு தேவாலயம் ஒன்று இங்கு உள்ளது.

வெளியில் இருந்து பார்த்தால் தேவாலயத்தின் கோபுரம் தெரியாது. வெள்ளைச் சுவர் மட்டும்தான் தெரியும். உள்ளே அழகான பெரிய தேவாலயமும் பிரம்மாண்டமான ஐந்து

மணிகளும் இருக்கின்றன. கல்லறைகளும் உள்ளன. தரையில் புதைத்த இடத்தில் பெயரைப் பொறிப்பதுதான் வழக்கம். தலைக்கல் வைப்பது வழக்கமில்லை. ஹருத்தியன் சமவோனியன் கல்லறை மட்டும் தலைக்கல்லுடன் உள்ளது. 1794-ல் அஸ்தரர் என்ற ஆர்மேனிய மொழிப் பத்திரிகையை நடத்தியவர் இவர். 1726-ல் அடையாறு ஆற்றில் கட்டப்பட்ட மர்மலாங் பாலம் (மறைமலை அடிகள் பாலம்) ஆர்மேனியர் கட்டியது. முப்பதாயிரம் பகோடாக்கள் செலவானது. க்ளைவ் பிளாஸிப் போரில் வென்றதன் பின்னணியில் அங்கு வியாபாரம் செய்த ஆர்மேனியர் பங்கும் உள்ளது. கோஜா என்று சொல்லுக்கு பாரசீக மொழியில் வெளிநாட்டவர் என்று பொருள் கூறுகிறார் வரலாற்று ஆர்வலர் ஸ்ரீராம். உயர் சாதியைக் குறிக்கும் சொல், மரியாதையாக விளிக்கும் சொல், சிங்கத்தின் உறுமலைக் குறிக்கும் சொல் என்றும் சிலர் பொருள் தருகிறார்கள். பெரும்பாலான ஆர்மேனியர்கள் கோஜா என்ற முன்னொட்டை தம் பெயரில் கொண்டுள்ளார்கள்.

கோஜா நசர் ஜானிடம் இருந்து அவர் மகன் ஷாமியர் என்றழக்கப்படட்ட கோஜா சுல்தான் டேவிட்டுக்கு வந்தது க்ரேட் ஹவுஸ். பிரெஞ்ச் மதராஸை பிரிட்டிஷிடம் திரும்பக் கொடுத்தபிறகு மதராஸ் துணை ஆளுநர் ரிச்சர்ட் பிரின்ஸ் வசித்தார். 1749-ல் இருந்து 1752 வரை வாடகை பாக்கி 1,866 பகோடாக்களைத் தரவில்லை என ஷாமியர் பல முறையீடுகள் செய்து ஒரு வழியாக 1775-ஆம் ஆண்டு இழப்பீட்டுத் தொகையுடன் ஈடுசெய்யப்பட்டது. ஷாமியர் வசம் உரிமை வந்ததும் 1753-ஆம் ஆண்டில் தன் மனைவியுடன் இங்கு வசித்தார் ராபர்ட் க்ளைவ். மாபெரும் வெற்றிக் கதாநாயகனாக கொண்டாடப்பட்டு, விரும்பிய பெண்ணை மணந்து, கொஞ்சம் பொருளும் சேர்த்து, தங்குவதற்கு பல அறைகளும், பெரிய தாழ்வாரங்களும், ஏவல் செய்யப் பணியாளர்களும் கொண்ட இந்த மூன்றடுக்கு மாளிகையில் கிளைவ் வசித்த குறுகிய காலம் அவர் வாழ்வில் மிக மகிழ்ச்சியானதாக இருந்திருக்கும் என்பதில் ஐயமில்லை.

க்ளைவ் இங்கிருந்து சென்ற பிறகு ஷாமியர் இந்த இல்லத்தைப் போர்ச்சுகீசியருக்கு விற்றார். அவரிடமிருந்து 6000 பகோடாக்கள்

கொடுத்து இல்லத்தை வாங்கிய கம்பெனி, விருந்தினர் இல்லமாகப் பயன்படுத்தியது. கடற்படை அதிகாரி சார்லஸ் வாட்சன் இங்கு வசித்தார். கடற்படை தொடர்பான வழக்குகளை விசாரிக்கும் இடமாகவும் இந்த இல்லம் செயல்பட்டதால் அட்மிரல் ஹவுஸ் என்று பெயர் பெற்றது. பெரிய இல்லமாக இருந்ததால் ஆளுநர்கள் வசிக்கும் இல்லமாகவும் பின்னர் மீண்டும் விருந்தினர் இல்லமாகவும் இருந்தது. ராபர்ட் க்ளைவ் மகன் எட்வர்ட் க்ளைவ் இந்தியா வந்தபோது கோட்டைக்கு வெளியில் தங்குவதையே விரும்பினார். இந்த இல்லத்தை விருந்துண்ணும் இடமாகப் பயன்படுத்தினார். தலைமைக் கணக்கர் வசம் இருந்த இந்த இல்லம் இருபதாம் நூற்றாண்டில் தொல்லியல் துறை கைக்கு வந்தது. க்ளைவ் நினைவாக இங்கு ஒரு கல்வெட்டு பதிக்கப்பட்டுள்ளது.

சென்னையின் அடையாளமாகக் கருதப்படும் மற்றொரு முக்கிய இடம் பாரீஸ் கார்னர். 1788-ஆம் ஆண்டு சென்னை வந்த இருபது வயது இளைஞர் தாமஸ் பாரி ஓரளவு வசதியான குடும்பத்தைச் சேர்ந்தவர். அந்த வருடமே தன்னைத் தனி வர்த்தகராகப் பதிவு செய்து கொண்டு தாமஸ் சேஸ் உடன் இணைந்து சேஸ் அண்ட் பாரி நிறுவனத்தைத் தொடங்கினார். இன்று பாரி முனையில் உள்ள டேர் ஹவுஸில் ஈ.ஐ.டி பாரியாக உள்ள இந்நிறுவனம் இரண்டாண்டு பழமையான உயர் ரக மடேரே வகை மதுபானத்தை விற்பனை செய்தது. இறந்தவர்களின் சொத்தைப் பராமரிப்பது, வங்காள லாட்டரிச்சீட்டு விற்பது, கடற்படைப் பத்திரங்களை தள்ளுபடி விலையில் வாங்கிக் கொள்வது, ஐரோப்பா செல்லும் கப்பல்களுக்குப் பயணச் சீட்டை விற்பது போன்றவற்றை பாரி நிறுவனம் செய்தது. அப்போதும் இப்போதும் வங்கித் தொழில்தான் இந்நிறுவனத்தின் முக்கிய வேலை எனத் தன் நூலில் வரலாற்று ஆர்வலர் முத்தையா குறிப்பிட்டுள்ளார். 225 வருடக்களுக்கு மேலாக இப்படி இயங்கிக் கொண்டிருக்கும் நிறுவனங்கள் அரிதானவை.

கோயில்கள்

பிரெஞ்சுப் போரின் போது கருப்பர் நகரம் அழிக்கப்பட்டது. பீரங்கியும் மோர்டார்களும் நிறுத்த மண் தரை சரிப்படாது. முட்டுக்கொடுத்து நிற்க ஏதேனும் இருந்தால் இன்னும் வசதி. இதற்கெல்லாம் கோயிலும் கல்லறையும் ஏற்ற இடமாக இருந்தன. போரில் இதெல்லாம் நாசமானது. போர் முடிந்து மக்கள் தங்கள் இடங்களுக்குத் திரும்பிய பிறகு மீண்டும் பல கோயில்கள் கட்டியெழுப்பட்டன. சில புதிய கோயில்களும் உருவாகின. கல்லறைகளைத் திரும்பக் கட்ட யாரை எங்கே அடக்கம் செய்தார்கள் என்பது தெரியவேணடும். தலைக்கல் பெயர்ந்து உடைந்து இடம்மாறி இருக்கும் நிலையில் ஓரளவு பிழைத்த கல்லறைக் கற்களைக் கொண்டு வந்து கோட்டையில் உள்ள புனித மேரி தேவாலயத்தைச் சுற்றிப் பதித்துள்ளனர்.

மீண்டும் பிரெஞ்ச், ஹைதர் அலி ஆங்கில மைசூர் போர் படையெடுப்பு இவற்றால் ஏற்பட்ட அச்சத்தினால் ஆங்கிலேயர்கள் போர் வந்தால் சுடுவதற்கு வசதியாகத் திறந்தவெளி இருக்க வேண்டும் என்ற நோக்கில் எஸ்பிளனேடு (esplanade) உருவாக்கப்பட்டது. எக்ஸ்ப்ளைன் என்பதின் லத்தீன் வேர்ச்சொல்லான எக்ஸ்ப்ளனர் (explanare) பிரெஞ்சுக்குச் சென்று எஸ்பிளனேடு ஆனது. கடல் அருகிலுள்ள நீண்ட சமவெளிப் பகுதி என்பது இவ்வார்த்தையின் பொருள். தாமஸ்

பிட் வரைபடத்தில் இருந்த கருப்பர் நகரம் பெருமளவில் அழிக்கப்பட்டு எஸ்பிளனேடு உருவானது. மிச்சம் இருந்த கருப்பர் நகரப் பகுதி அப்போதைய இங்கிலாந்து அரசர் நினைவாக ஜார்ஜ் டவுன் எனப் பெயரிடப்பட்டது. கருப்பர் நகர எல்லைகளைக் குறிக்கும் விதமாக எல்லைத் தூண்கள் நிறுவப்பட்டன. பாரி முனை, தம்புச் செட்டித் தெரு, ப்ராட்வே, பான்தியன் தெரு என பல இடங்களில் பதினைந்தடி உயர தூண்கள் நிறுவப்பட்டன. மொத்தம் பதிமூன்று தூண்கள் என்கிறது டைம்ஸ் ஆஃப் இந்தியா செய்தி. பாரி முனையில் உள்ள ஈ.ஐ.டி. பாரி கட்டட காம்பவுண்டில் உள்ள எல்லைத்தூண் நல்ல பராமரிப்புடன் 1773 என்ற வருடத்தைத் தாங்கி நிற்கிறது.

1769-ஆம் ஆண்டு இந்தியர்கள் வாழ்ந்த முத்தியால்பேட்டை பகுதியில் பாதுகாப்புச் சுவர் ஒன்று கட்டும் திட்டம் உருவானது. சீனப் பெருஞ்சுவரின் மினிமலிச வடிவம் போல. வரி வசூலிக்கும் எண்ணமும் இருந்தது. மூன்றரை மைல் நீள சுவரில் 17 கொத்தளங்களும், புல்லி கேட், போட் கேட், திருவொற்றியூர் கேட், எண்ணூர் கேட், எலஃபண்ட் கேட், சக்ளர் கேட், ஹாஸ்பிடல் கேட் என 7 வாயில்களும் வைத்து உருவானது இந்தப் பெருஞ்சுவர். பீரங்கிகளை ஏற்றி நிறுத்தக்கூடிய அகலம் கொண்ட பிரம்மாண்ட சுவர். "கட்டி முடித்து 2000 சிப்பாய்களைப் பணியமர்த்தினால் எந்தப் பகைவரும் உள்ளே நுழைய முடியாது" என்று தலைமைப் பொறியாளர் ஜான் கால் இச்சுவர் பற்றிக் குறிப்பிட்டுள்ளார். இதை இங்கிலாந்து அரசுக்குத் தெரிவித்து முறையாக அனுமதி பெறாமல் வரிவசூல் செய்யலாமா கூடாதா என்பது பற்றி விவாதம் எழுந்தது. பொது மக்களும் வரி செலுத்த எதிர்ப்பு தெரிவித்தார்கள். எனவே இத்திட்டம் கைவிடப்பட்டது. மேற்குப் பகுதிச் சுவர் கட்டப்படவே இல்லை. பிற பகுதிகளும் நகர் விரிவாக்கத்தில் இடிக்கப்பட்டன. இப்ராஹிம் சாலையில் உள்ள வடக்குச்சுவர் பகுதி மாடிப் பூங்காவாக மாறி பொது மக்கள் பயன்பாட்டில் உள்ளது. கட்டப்படாத மேற்குப் பகுதிக்கு வ.உ.சி. சாலை என்று அரசாங்கம் பெயர் வைத்தாலும் வால் டாக்ஸ் சாலை (Wall Tax Road) என்ற பெயரே இன்றும் நிலைத்துள்ளது.

தாமஸ் பிட் வரைபடத்தில் க்ரேட் பகோடா என்று குறிக்கப்படும் கோயில் சென்னகேசவப் பெருமாள் கோயில். சென்ன கேசவர், சென்ன மல்லீஸ்வரர் என்ற இரட்டைக் கோயில்கள் இவை. பேரி திம்மப்பா அல்லது திம்மன்னா இக்கோயில் உரிமையைச் சந்திரனும் சூரியனும் உள்ள காலம் வரை நாராயணய்யருக்கும் அவர் சந்ததிகளுக்கும் மானியமாக வழங்கியுள்ளார். 1673-ஆம் ஆண்டு இங்கு வந்த பயணியின் குறிப்பில் இந்த க்ரேட் பகோடா பற்றிய விவரங்கள் உள்ளன. அற்புதமான சிற்ப வேலைப்பாடுகளையும் எண்ணெய் பிசுபிசுக்கும் தரையையும் பற்றி எழுதியிருக்கும் அவர் இரண்டு கோயில்கள் பற்றி எதுவும் சொல்லவில்லை. இதன் அடிப்படையில் திம்மப்பாவின் சாசனம் ரொம்பப் பழையது போல இல்லை; ஒரு வேளை மல்லிகார்ஜுன கோயிலும் மல்லீஸ்வரக் கோயிலும் ஒன்றுதானோ என்று சில ஐயங்களை எழுப்புகிறார் எச்.டி.லவ். எப்படி இருந்தாலும் இந்தக் கோயில் ஆங்கிலேயர்களால் அகற்றப்பட்டது.

மத உணர்வுகளை மதித்து 1762-ஆம் ஆண்டில் புதிய இடத்தில் கோயில் கட்டிக்கொள்ள ஆவன செய்து 1,173 பகோடாக்களையும் கொடுத்தது கம்பெனி. துபாஷியாக இருந்த மணலி முத்துகிருஷ்ண முதலியார் 5,202 பகோடாக்கள் கைக்காசைப் போட்டு மக்களிடம் நிதி கேட்டு மொத்தம் 15,652 பகோடாக்களைத் திரட்டினார். தேவராஜ முதலி தெருவுக்கும் என்.எஸ்.சி. போஸ் சாலைக்கும் இடையில் சதுரத்தின் இருமுனைகளை நீட்டி வைத்த வடிவில் தோராயமாக 25,000 சதுர அடி இடத்தில் இக்கோயில் கட்டப்பட்டது. சென்னகேசவப் பெருமாளுக்கும் சென்ன மல்லீஸ்வரப் பெருமாளுக்கும் தனித்தனிக் கோயில்கள். இரு கோயில்களுக்கும் இடையில் இங்கிருந்து அங்கே சென்று வர ஒரு வாசலும் இருக்கிறது. மணலி முத்துகிருஷ்ண முதலியாரின் வாரிசுகளே அறக்கட்டளை நிர்வாகிகளாகத் தொடர்கிறார்கள்.

தேவதாசி வழக்கம் நடைமுறையில் இருந்த கோயில்களில் இதுவும் ஒன்று. 1927-ல் நீதிமன்றத்தில் தாக்கல் செய்யப்பட்ட வழக்கில் 14 பெண்களின் பெயர்கள் இணைக்கப்பட்டுள்ளன. சென்னகேசவப் பெருமாள் என்ற பெயரைக் கேள்விப்

படாதவர்கள் கூட திருப்பதிக்குக் குடைகள் இங்கிருந்து ஊர்வலமாகச் செல்லும் விஷயத்தை நிச்சயம் செய்திகளில் பார்த்திருப்பார்கள். தேவராஜ முதலித் தெருவில் இருந்த சிந்தாத்ரி பிள்ளரிக்கு (Chindadry Pillary - Ganesa, the Belly God) வழிபாட்டு உரிமையில் ஏற்பட்ட சிக்கல் வலங்கை இடங்கை பிரிவுச் சண்டையில் கொண்டு விட்ட போது தலையிட்ட ஆளுநர் காலாட், பிள்ளையாரைக் கொண்டுபோய் சென்ன கேசவப் பெருமாள் கோயிலில் வைத்தார். பிறகு சென்ன கேசவப் பெருமாளே இடம் மாறி தேவராஜத் தெருவுக்கு வந்துவிட்டார்.

இக்கோயிலுக்கும் முந்தைய வரலாறு கொண்டது திருவொற்றியூர் தியாகராஜர் கோயில். சுந்தரர், சம்பந்தர், அப்பரால் பாடல் பெற்ற தலம். தேவாரப்படல்களில் உள்ள இக்கோயிலின் காலம் ஏழாம் நூற்றாண்டு. கல்வி பயிற்றுவிக்கும் இடமாக இருந்துள்ளது இக்கோயில். உள்ளூர் மக்கள் வடிவுடையம்மன் கோயில் என்றே பெரும்பாலும் அழைக்கிறார்கள். மயிலை கபாலீஸ்வரர் கோயிலும் இதே காலத்தைச் சேர்ந்தது.

கலவைச் செட்டி தன் பிரியத்துக்குரிய கச்சாலீஸ்வரரை காஞ்சிக்குப் போய் வழிபடுவதற்கு பதில் கோயில் கட்டி கடவுளை மதராஸில் குடியமர்த்திவிட்டார். அப்படி ஓய்வறியாமல் அவர் பார்த்த வேலை இன்றைய அரசியல்வாதிகளை ஒத்திருக்கிறது. 1691-ல் திவாலானதாக மேயர் கோர்ட்டில் சொல்லிச் சிறை சென்றவர். உறவினர்கள் 1,000 பகோடாக்கள் கொடுத்தார்கள் என ஆளுநர் யேல் விடுவித்துவிட்டார். 1708-ஆம் ஆண்டில் தண்டையார்பேட்டை, புரசைவாக்கம், எக்மோரை லீஸுக்கு எடுக்க 1750 பகோடாக்கள் பணம் வந்த மாயம் என்ன என்று தெரியாது. சில மாதங்களில் திருவொற்றியூர், நுங்கம்பாக்கம், வியாசர்பாடி, காட்டுப்பாக்கம், சாத்தன்காடு கிராமங்களையும் 1,200 பகோடாக்களுக்கு வாடகைக்கு எடுத்தார். சாதிச் சண்டைகளில் ஈடுபட்டு மீண்டும் சிறை சென்றவர் இந்த முறை 40,000 பகோடாக்கள் கொடுத்து வெளியில் வந்தார். இவர் கட்டிய கச்சாலீஸ்வரர் கோயில் ஆர்மேனியன் தெருவில் இருக்கிறது. ஆவணங்களில் கச்சாலி பகோடா என்று பதிவாகியுள்ளது இக்கோயில்.

அதிகாரம் IV:

தென்னிந்தியாவைக் கைப்பற்றுதல்

கடனும் கட்டடக் கலையும்

மதராஸ் நிர்வாகம் மேம்படும்போது அவ்வப்போது போர்களையும் சந்திக்க வேண்டியிருந்தது. வலிமையாக்கப்பட்ட கோட்டையும், வியூகங்களும் **1759**-ல் பிரெஞ்ச் முற்றுகையை வெற்றிகரமாக எதிர்கொண்டது. கர்நாடகப் போர்களில் பிரெஞ்சை ஆதரித்து ராணுவ வீரராகப் பங்கேற்ற ஹைதர் அலி, மைசூர் ராஜா கிருஷ்ணராஜ உடையாரை (II) சிறைக்கு அனுப்பி மைசூர் சுல்தானாக முடிசூட்டிக் கொண்டார். முகலாய அரசர் ஷா ஆலம் ஆசியும் இருந்தது. இந்த காலகட்டத்தில் கர்நாடகப் போர்கள் முடிந்த சூட்டுடன் அடுத்து ஆங்கில மைசூர்ப் போர்கள் (**1769 - 1799**) நடந்தன. ஹைதர் அலியின் தாக்குதலையும் கோட்டை ஓரளவுக்குத் தாக்குப் பிடித்தது. என்றாலும் ஹைதர் அலியின் படைபலத்தால் தோல்வி அருகில் இருப்பதை உணர்ந்த ஆங்கிலேயர்கள் சமாதான உடன்படிக்கை (Treaty of Madras 1769) மேற்கொண்டு அலியை அனுப்பி வைத்தார்கள். மராத்தியர்கள் போர் தொடுத்தால் உதவிக்கு வரவேண்டும் என்பது ஒப்பந்தம்.

அதை மதிக்கும் எண்ணம் எல்லாம் இல்லை. அதற்கும் மேலே நவாப் யார் யாருடன் சண்டையிட வேண்டும், எப்போது சமாதானமாக வேண்டும் என்பதை முடிவு செய்யும் இடத்துக்கு வந்திருந்தார்கள் ஆங்கிலேயர்கள். கம்பெனியின்

இந்த அத்தியாயத்தில் பால் பென்ஃபீல்டு என்ற பொறியாளர் முக்கிய நபரானார். துணைக் கதாபாத்திரம்தான் என்றாலும் அவர் செயல் முக்கியத்துவம் வாய்ந்தது.

மூன்றாம் கர்நாடகப் போர் முடிந்தபிறகு கிழக்கிந்தியப் பணியாளராக இந்தியா வந்தவர் **(1764)** பென்ஃபீல்டு. ஜார்ஜ் கோட்டையின் மேற்குப் பகுதி கொத்தளம் கட்டுமானப் பணியின் ஒப்பந்தம் **1773**-ல் பென்ஃபீல்டுக்குக் கிடைத்தது. **13,0279** பகோடாக்கள் மதிப்புடைய நான்குமாதப் பணி. பொறியாளர் ஒப்பந்ததாரர் ஆன பிறகு ஆற்காட் நவாப் தங்கும் அரண்மனையைக் கட்டும் வாய்ப்பும் வந்தது. கர்நாடகப் போரில் களத்தில் அன்வாரூதீன் இறந்த பிறகு நவாப் ஆன வாலாஜா பாதுகாப்புக் கருதி மதராஸில்தான் தங்குவேன் என்று அடம்பிடித்தார். அவரைக் கோட்டைக்குள் வைத்துக்கொள்ள விருப்பம் இல்லாத ஆங்கிலேயர்கள் இவருக்காகச் சேப்பாக்கத்தில் மாளிகை கட்டினார்கள். மாப்பிள்ளை நான்தான், ஆனால் சட்டை என்னுடையதில்லை எனும் கதையாக நவாப் ஆளுகைக்குள் கம்பெனி நடத்துபவர்கள் அவருக்கே நிலத்தை வழங்கி மாளிகையை எழுப்பினார்கள்.

பென்ஃபீல்டு வரைந்து கொடுக்க இந்தியப் பணியாளர்கள் மாளிகையைக் கட்டினர். தனித்துவம் மிக்க இந்தோ சரசனிக் கட்டடக்கலை உருவானது. அழகிய வேலைப்பாடுகள் நிறைந்த தூண்களும் அவை தாங்கி நிற்கும் வட்டம், கூம்பு வடிவங்களும் இக்கட்டடக் கலையின் சிறப்பு. முகலாய ஸ்தூபிகள், இந்திய ஆலயங்கள் இரண்டும் கலந்தது. பதினெட்டாம் நூற்றாண்டில் இதைத் தொடர்ந்த, 'மேட்' மாண்ட் தாம் கட்டும் கட்டடங்கள் நிற்காமல் விழுந்துவிட்டால் என்ன செய்வது என்ற மன உளைச்சலில் நாற்பது வயதில் இறந்துவிட்டதாக முத்தையா குறிப்பிடுகிறார். கோலாப்பூர், தார்பங்கா, பரோடாவில் இந்தோ சரசனிக் அடிப்படையில் இவர் கோபுரங்களை எழுப்பத் தொடங்கி இன்றும் முடிக்கப்படாமல் நின்றுகொண்டிருக்கிறது. இவருக்குப் பிறகு வந்த சிஷோம் இந்தப் பாணி கட்டடங்களைத் தொடர்ந்தார்.

பத்தொன்பதாம் நூற்றாண்டிலும் அதன் பிறகும் கட்டப்பட்ட அரசு, தனியார் கட்டடங்கள் பலவும் இதைப் பின்பற்றின.

சென்னை, மும்பை, கல்கத்தா என இந்தியா முழுக்கவும் சிலோன், மலேசியா போன்று இந்தியாவுக்கு வெளியேயும் பிரிட்டிஷ் ஆதிக்கம் பரவியிருந்த இடங்களில் நாம் இவற்றைப் பார்க்கலாம். என்றாலும் சென்னையில்தான் அதிகம். சுமார் இரண்டாயிரம் கட்டடங்கள் கட்டப்பட்டன. சென்னை உயர் நீதிமன்றம், தொடர் வண்டி நிலையம், கிண்டி பொறியியல் கல்லூரி, மாநகராட்சி அலுவலகம், ஹிக்கின் பாதம்ஸ் புத்தக நிலையம், அமீர் மகால், புனித ஜார்ஜ் கோட்டை என சென்னை முழுக்க நிறைந்திருக்கின்றன. பெரும்பாலும் சிவப்பு நிறத்திலும், சில வெள்ளை நிறத்திலும் இருக்கும். சிவப்பு (இரத்தம்) அரசதிகாரத்தின் குறியீடாகவும், வெண்மை (தூய்மை) கடவுள் உறையும் இடத்தின் குறியீடாவும் உள்ளதென்கிறார் எழுத்தாளர் விநாயகமுருகன்.

1768-ல் விசாலமான சேப்பாக்கம் மாளிகையைக் கட்டி எழுப்பிய பிறகும் பெண்ஃபீல்டுக்கு நவாப் உடன் நட்பு தொடர்ந்தது. பொறியாளர் வேலை மட்டும் இன்றி பணத்தை வட்டிக்கு விடும் தொழிலும் பார்த்தார் பெண்ஃபீல்ட். அதுவும் சொந்தக் காசு கிடையாது. நகரம் வளரத் தொடங்கியதும் வணிகம் செய்யக் கடன் கொடுப்பவர்களும் பெருமளவில் சென்னைக்குக் குடிபெயர்ந்து வந்திருந்தனர். அப்படி உள்ளூரில் வட்டி வியாபாரம் செய்பவர்களிடம் பணத்தைப் பெற்று அதிக வட்டிக்குக் கடன் கொடுத்தார் பெண்ஃபீல்டு. இவர் கடன் கொடுத்தவர்களில் முக்கியமானவர் நவாப் வாலாஜா. பிரிட்டிஷ் அரசிலும் நவாபிடமும் தனக்கு உள்ள செல்வாக்கையும் நட்பையும் எல்லா இடங்களிலும் பயன்படுத்தினார் பெண்ஃபீல்டு.

பிரதாப்சிங் ராஜாவுக்குப் பிறகு தஞ்சாவூர், நவாபின் கர்நாடகத்துடன் இணைக்கப்பட்டது. பிரிட்டிஷின் தஞ் சாவூர் தொடர்பான குறிப்புகள் கடைசியாக இவரைத்தான் 'ஹிஸ் மெஜஸ்டி' என்கின்றன. அதன் பிறகு அமைந்த அரசர்கள் அவ்வளவு வலிமையானவர்கள் இல்லை. 1855-ஆம் ஆண்டு வாரிசு இல்லை எனச் சொல்லி மொத்தமாகத் தன்னுடன் இணைத்துக் கொண்டது. அதுவரை பேருக்கு ஆட்சியாளர்களாக மன்னர்கள் இருந்தார்கள். 1773 போரில்

கைப்பற்றிய தஞ்சாவூரை திரும்ப மன்னரின் பொறுப்பில் நிர்வாகத்தை ஒப்படைக்கும் பேச்சுவார்த்தைக்குச் சென்ற குழுவிலும் பெண்ஃபீல்ட் இருந்தார். தஞ்சாவூர் மன்னரிடம் ஐந்து லட்சம் பகோடாக்களைக் கேட்டார் பெண்ஃபீல்டு. நவாபின் அலுவல் ரீதியான ஆணைகளைத் தாண்டியும் பெண்ஃபீல்டு அதிகம் பேரம் பேசினார். இத்தகவல் கவுன்சிலுக்குச் சென்று விசாரணை நடந்தது. இடைநீக்கமும் செய்யப்பட்டார்.

நவாபுக்குக் கடன் கொடுத்த பணத்தை திரும்ப வசூலிக்கும் எண்ணமே பால் பெண்ஃபீல்டுக்கு இல்லை. கம்பெனிக்குச் சாதகமாகப் போரை ஆரம்பிக்கவும், நிறுத்தவும் தன் ஆலோசனைப்படி நடக்கவும் கொடுத்த பரிசு மாதிரிதான். இந்தக் கடன் விவகாரம் இங்கிலாந்தில் விசாரிக்கப்பட்டது. நான் என்ன யாருக்கும் தெரியாமல் ரகசியமாகவா கொடுத்தேன்? கம்பெனி நலனுக்காகத்தான் பணம் கொடுத்தேன் என்று வெளிப்படையாகவே சொன்னார். விசாரணைக்குப் பின் பணிக்குத் திரும்ப அனுமதிக்கப்பட்டார்.

கர்நாடகப் போர்களைப் போல இந்த கர்நாடகக் கடனும் வரலாற்றின் ஒரு கூறாகியது. இந்த மிகப்பெரிய கடன் தொகை துல்லியமானதல்ல. நவாபின் கடன் **1766**-ல் இருபத்தி இரண்டு லட்சம் பகோடாக்கள் என்கிறது ஒரு குறிப்பு. **1777**-ல் டெய்லர், மஜன்டி, ஜான் கால் என்று மூன்று பேரிடம் வாங்கிய குதிரைப் படை கடன் **35** லட்சம் பகோடாக்கள். இவர்கள் மூவரும் கம்பெனி ஊழியர்கள்தான். ஆனால் தனிப்பட்ட முறையில் கடன் கொடுத்தார்கள். கொடுத்தார்கள் என்றால் உடனே அல்ல, மாதக்கணக்கில் தவணை முறையில். ஆனால் இருபத்து நான்கு விழுக்காடு வட்டி கணக்கிடுவது மட்டும் கடன் ஒப்பந்தம் செய்த நாளில் இருந்தே தொடங்கிவிட்டது. கைக்கு வராத கடனுக்கு வட்டி மேல் வட்டி கணக்கிட்டுக் கொண்டே போய்ப் பெரிய தொகை வந்ததும் நவாப் பெண்ஃபீல்ட் மாதிரி நபர்களிடம் போவார். அவர்களும் உதவுவார்கள். இந்த **35** லட்சம் குதிரைப் படைக் கடனை செட்டில் செய்ய **63** லட்சம் பகோடாக்கள் கம்பெனி தரப்பில் தரப்பட்டது. **1782**-ல் பெண்ஃபீல்ட் கடன் கணக்கு மட்டுமே நான்கு லட்சம் பவுண்ட்கள். வட்டியோடு தோராயமாக

ஆறு லட்சம் பவுண்ட்கள். இந்தக் கடன் பற்றி ஆய்வுக் கட்டுரைகள் எல்லாம் இருந்தாலும்கூட மொத்தம் எவ்வளவு என்று உறுதியாகத் தெரியாது.

பெரிய கடன் தொகையைக் காரணம் காட்டி, 'நவாபுக்கு ஏற்பட்ட மனக் கவலைகளில் இருந்து அவரை விடுவித்த' கம்பெனி, கர்நாடகத்தை எழுதி வாங்கிக் கொண்டது. நவாபின் சந்ததிகளை சேப்பாக்கம் அரண்மனையில் வசிக்க அனுமதித்த கம்பெனி 1855-ஆம் ஆண்டு அதையும் மறுத்து அனைவரையும் மாளிகையில் இருந்து வெளியேற்றியது. நவாபின் கடன் ஏறிக் கொண்டிருந்த காலத்தில் ராபர்ட் க்ளைவின் மன அழுத்தமும் ஏறிக் கொண்டிருந்தது.

பேனாக் கத்தியில் முடிந்த வாழ்க்கை

பெங்கால் ஆளுநர் க்ளைவ் இந்தியாவிலிருந்து பணத்தை மூட்டையாகக் கட்டி இங்கிலாந்துக்கு அனுப்பிக் கொண்டிருந்தார். இன்னொரு பக்கம் அவர் துணிச்சலால் போர் வெற்றிகளும் கிடைத்தன. பெயரும் புகழும் உயர்ந்தால், அதைக் கேள்வி கேட்க எதிர்த்தரப்பு ஒன்றும் உருவாவது இயல்புதான். க்ளைவின் நடவடிக்கைகள் இங்கிலாந்து நாடாளுமன்றத்தில் நிரந்தர விவாதப் பொருளானது. 1767-ல் இந்தியச் செல்வம் பிரிட்டிஷ் அரசியல்வாதிகளிடையே ஊழலை உருவாக்கும் என்ற வாதம் முன் வைக்கப்பட்டது. 1772-ல் பெங்கால் அரசு திவாலாகமல் காக்க உதவி கேட்டபோது க்ளைவ் நிர்வாகம் சரியில்லை என்று கூறினார்கள். க்ளைவின் பெங்கால் நிர்வாகக் குறைபாட்டால் பஞ்சம் உருவானது என்று இந்தியத் தரப்பிலும் குற்றச்சாட்டுகள் உண்டு. பெங்கால் பஞ்சத்துக்குக் காரணம் பருவ மழை பொய்த்தது. அதற்கு முன் இருநூறு ஆண்டுகளில் இல்லாத காலநிலைச் சவாலைச் சந்தித்தது பெங்கால். பஞ்சம் ஏற்பட்டதை க்ளைவ் குற்றமாகச் சொல்ல இயலாது. ஆனால் பஞ்சத்தினால் ஏராளமான மக்கள் மடிந்ததன் காரணம் க்ளைவ்.

கம்பெனியின் நலன் கருதி அவர் நிர்வாக மாற்றங்களைச் செய்தார். முகலாய அரசில் மக்களை நிர்வகிக்கும் பொறுப்பில் இருந்தவர்கள் மாற்றப்பட்டார்கள். ஒட்டுமொத்தமாக நிர்வாகப்

பணிகளில் இருந்தவர்களிடையே உண்டான குழப்பம் பஞ்ச காலத்தில் இன்னும் மோசமான சூழலை உருவாக்கியது. மக்கள் கொத்துக்கொத்தாக மாண்டு போனார்கள். இந்தியா சுதந்தரம் பெறுவதற்கு இரண்டாண்டுகள் முன்புகூட பஞ்சம் உண்டானது. மூன்று லட்சம் பேர் இறந்தார்கள் அப்போது. க்ரேட் ஃபெமைன் ஆஃப் பெங்கால் என்று அழைக்கப்படும் க்ளைவ் காலத்துப் பஞ்சத்தில் பாதிக்கப்பட்டவர்கள் தோராயமாக மூன்று கோடிப் பேர். இதற்கு முழுக் காரணமும் க்ளைவ்தான். நிர்வகிக்கச் சரியான நபர்களும் இல்லாமல், பணமும் இல்லாமல் இருந்த பெங்காலைக் கைவிட்டுக் கிளம்பி இங்கிலாந்து சென்றார்.

இரண்டு பார்லிமெண்ட் கமிட்டிகள் கம்பெனி ஊழியர்களிடம் ஊழல் மலிந்திருப்பதைக் கண்டுபிடித்தன. பிரிட்டிஷ் நாடாளுமன்றத்தில் விசாரணைகள் நடந்தன. க்ளைவ் மீது நடந்த விசாரணைகள் உள்நாட்டு அரசியல் மட்டுமே. இந்தியாவில் இறந்து போன மக்கள் சார்பாக அல்ல. எனவேதான் க்ளைவின் தவறுகள் தனிப்பட்ட மனிதரின் தவறாக அறியப்படாமல் மொத்த ஆங்கில அரசின் தவறாகிறது.

க்ளைவ் முன்பு போல துடுக்குத்தனம் நிறைந்த நபராக இல்லை. காலம் அவரைப் பண்படுத்தியிருந்தது. மொத்த அவையின் கேள்விகளுக்குத் தன் தரப்பு வாதத்தைத் தானே முன் வைத்தார். தன்னிடம் உள்ள தங்கம் வெள்ளியின் மதிப்பை வெளியிட்டார். பலமுறை பரிசுகள் கொடுக்கப்பட்ட போதும் தான் ஏற்றுக்கொள்ளாததை எடுத்துரைத்தார். பஞ் சத்துக்குத் தான் காரணம் இல்லை என்றார். 1773-ஆம் ஆண்டு நடந்த இந்த வார்த்தைப் போரில் 'தன் நிதானத்தைக் கண்டு தானே வியப்பதாகக்' குறிப்பிட்டவர், "இந்த நாட்டிற்கு சிறந்த மெச்சத்தக்க சேவைகளை செய்துள்ளேன்" என்று உறுதிபடத் தெரிவித்தார். 155 பேரில் 95 பேரின் வாக்குகளைப் பெற்று சாட்டப்பட்ட குற்றங்களில் இருந்து விடுதலை ஆனார். என்றாலும், ஆட்டுத் திருடனைப் போலத் தான் நடத்தப்படுவதை அவர் விரும்பவில்லை. இதனால் மன உளைச்சலில் இருந்தார்.

அடுத்த வருடம், எந்த நாளையும் போன்றதொரு சாதாரண நாளில், குடும்பத்துடன் அமர்ந்து உணவுண்டு

பேசிக்கொண்டிருந்தவர் தன் அறைக்குச் சென்று பேனாக் கத்தியால் கழுத்தை அறுத்துக் கொண்டு இறந்து போனார். வாழ்நாள் முழுக்க மரணத்தைத் துரத்தியவர் கடைசியில் எட்டிப் பிடித்துவிட்டார். தற்கொலை செய்து கொண்டவர்களை நல் அடக்கம் செய்ய கிறித்துவ மதம் அனுமதிப்பதில்லை. எங்கு அடக்கம் செய்யப்பட்டார் என்பதை உறுதி செய்யும் அதிகாரப்பூர்வமான தகவல் ஏதும் இல்லை.

இந்தியாவில் க்ளைவின் கதையைப் படிக்கும் ஈராயிரக் குழவிகள், அவரை டாடி இஷ்யூஸ் நிறைந்த நபராக அடையாளம் காணக்கூடும். அதற்கு முந்தையத் தலைமுறைக்கு துப்பறியும் சாம்புவின் சீரியஸ் வெர்ஷன் போலத் தோன்றலாம். க்ளைவுக்குப் பிறகு வந்த பல ஆங்கிலேய ஆளுநர்களின் மனிதத் தன்மையற்ற செயல்கள், கொடுமைகள், கொள்ளைகள், கொலைகள் எல்லாம் க்ளைவ் செய்த தவறுகளை ஒன்றுமில்லை என்றாக்கிவிட்டன. க்ளைவ் மீது இந்திய மக்கள் வெறுப்பை வளர்க்காமல் போனதன் காரணம் இதுதான். இங்கிலாந்து மக்களுக்கு அவர் என்றும் 'க்ளைவ் ஆஃப் இந்தியா'. க்ளைவ் சாகசங்களை நூலாக்குவதைத் தொடங்கி வைத்தவர் பெங்காலில் க்ளைவுடன் நட்பு பாராட்டிய ராபர்ட் ஓர்ம். அதன் பின்னர் க்ளைவ் பற்றி ஏராளமான நூல்கள் வெளியாகின. வெற்றிக் கதைகளைப் போலவே இறப்பும் கதைக்களமானது. "க்ளைவ் அடக்கம் செய்யப்பட்ட இடத்தில் ஒவ்வொரு ஞாயிறும் அன்னம் வந்து அஞ்சலி செலுத்துகிறது", "க்ளைவ் உடல் தேவாலயச் சுவருக்கு இடையில் புதைந்திருக்கிறது" என்று பல கதைகள் உருவாகின.

அவர் பெற்ற வெற்றிகள் பலவும் அதிர்ஷ்டத்தால் என்ற கருத்து அப்போதே இருந்தது. என்றாலும் ஏராளமான நூல்கள், கதைகள் மூலம், க்ளைவ் ஒரு தொன்மமாக நிலைத்துவிட்டார். 1907-ஆம் ஆண்டு க்ளைவ் முறையாகக் கவுரவிக்கப்படவேண்டும் என்றும் சிலைகளை நிறுவி அவரைக் கொண்டாட வேண்டும் என்றும் ஒரு இயக்கமே உருவானது. 'இந்தியாவை உருவாக்கியவருக்கு' உரிய மதிப்பளிக்கவில்லை என இந்தியாவுக்கே கடிதம் அனுப்பப்பட்டது. மக்கள் உரிமைகளை வலியுறுத்துவோர் எதிர்க்கும் அடையாளமாக, வெள்ளையர் ஆதிக்கத்தை (white supremacy) விரும்பும் வலதுசாரிக் கொள்கை உடையவர்கள் உயர்த்திப் பிடிக்கும் அடையாளமாக க்ளைவ் மாறிப்போனார். லண்டனில் தற்போது வெளிநாட்டு அலுவலகங்கள் எதிரே நிற்கும் க்ளைவ் சிலை ஏகாதிபத்தியச் சின்னம் என்பதால் அகற்றப்பட வேண்டும் என்று கோரிக்கைகள் வலுக்கின்றன. சிலையை எடுத்தாலும் வைத்திருந்தாலும் கண்டனத்துள்ளாகும் நிலையில் இங்கிலாந்து அரசுக்கு க்ளைவ் ஒரு நிரந்தரத் தலைவலியாகிவிட்டார்.

மதராஸில் கர்நாடகப் பகுதி ஆங்கிலேயர் வசம் வருவதற்கான ஆரம்ப வெற்றிகளுக்குக் காரணமாக இருந்தார் ராபர்ட் க்ளைவ். அவரால் பரவத் தொடங்கிய இந்திய பிரிட்டிஷ் ராஜ்ஜியம் தென்னிந்தியாவில் முழுமையானது அவர் மகன் எட்வர்ட் க்ளைவ் காலத்தில். நான்காவது ஆங்கில - மைசூர்ப் போரில் திப்பு சுல்தான் வீழ்ந்த பின்னர் தென்னிந்தியாவில் ஆங்கிலேயர் ஆட்சி உறுதியாக நிலைபெற்றுவிட்டது. மதராஸ் சீரமைப்பிலும் எட்வர்ட் க்ளைவ் குறிப்பிடத்தக்க பங்காற்றியுள்ளார்.

எட்வர்ட் க்ளைவ் பணிகள்

தந்தை ராபர்ட் க்ளைவ் இறந்தபோது எட்வர்ட் க்ளைவுக்கு இருபது வயது. அதற்கடுத்த மாதம் நடந்த பிரிட்டிஷ் பொதுத் தேர்தலில் நாடாளுமன்ற உறுப்பினராகத் தேர்ந்தெடுக்கப்பட்டார். ராபர்ட் க்ளைவ் போதுமான அளவு மதிக்கப்படவில்லை என அவர் ஆதரவாளர்கள் குரல் அவ்வப்போது எழுந்தது. அதைச் சரிக்கட்டும் விதமாக எட்வர்ட் க்ளைவுக்கு பதவி, பொறுப்பு, அங்கீகாரம் எல்லாமே கிடைத்தது. தான் வாழாத வாழ்க்கையை வாழும் வாய்ப்பைத் தன் மகனுக்குக் கொடுத்தார் க்ளைவ். எட்வர்ட் க்ளைவும் பெருவாழ்வு வாழ்ந்து எண்பத்தைந்து வயதில் இறந்தார். இடைப்பட்ட காலத்தில் ஐந்தாண்டுகள் (1798 - 1803) மதராஸ் கவர்னராக இங்கும் வந்தார். நவாபுக்கு 1000 பகோடாக்கள் பாக்கியுடன் காலியான கஜானாவின் சாவியை வாங்கிக் கொண்டு கவர்னர் பொறுப்பை ஏற்றுக் கொண்டார் எட்வர்ட் க்ளைவ். தன் காலத்தில் குறிப்பிடத்தக்க நிர்வாக சீர்திருத்தப் பணிகளை மேற்கொண்டார்.

கஸ்டம் ஹவுஸ் இவர் காலத்தில்தான் இடமாற்றம் செய்யப்பட்டது. கோட்டைக்குள் தனிப்பட்ட முறையில் சொத்துகளை வைத்திருந்தவர்கள் பட்டியல் எடுத்தார்.

கிட்டத்தட்ட ஐந்து லட்சம் நட்சத்திர பகோடாக்கள் மதிப்புள்ள சொத்துக்கள் கோட்டைக்குள் தனியார்வசம் இருந்தன. கோட்டை முழுக்க முழுக்க அலுவலகங்கள் மற்றும் ராணுவப் பணிகளுக்கு என்று மாற்றினார். நகரத்தை மறு சீரமைக்க ஒரு கமிட்டி அமைத்து 113 பக்க அறிக்கை ஒன்று தயாரித்தார்.

நாணயம் அச்சடிப்பதிலும் பவள வணிகத்திலும் ஆளுநருக்கு என அனுமதிக்கப்பட்ட தொகையை விட்டுக் கொடுத்தார். மின்ட் மாஸ்டர் அலுவலகம் ஆளுநருக்குக் கீழ் செயல்படுவதில் இருந்து சிவில் பேமாஸ்டருக்கு மாறியது. பொது அறைகளைக் கவுன்சில் உறுப்பினர்கள் பயன்படுத்தும் உரிமை பறிபோனது. நில வணிகர் நீக்கப்பட்டு கடல் வணிகர் ஆளுநர் அலுவலகத்துடன் இணைக்கப்பட்டனர். சத்திர நீதிமன்றம் ஒழிக்கப்பட்டது. கோச்சனைல் பூச்சியில் இருந்து சிவப்புச் சாயம் எடுக்க உருவாக்கப்பட்ட நொபால்ரியும் ஒழிக்கப்பட்டது. அரசு அலுவலர்கள் தனியார் வர்த்தகம் செய்வதை முற்றிலும் தடை செய்தார்.

அரசுப் பணிகளுக்காக இளையோர் தேர்ந்தெடுக்கப்பட்டுப் பயிற்சி அளிக்க முடிவு செய்யப்பட்டது. அரசு அச்சகம் உருவாக்கம். பெங்களூரில் தாவரவியல் தோட்டம் உருவாக்கம். லாட்டரிகளைத் தடை செய்வது அல்லது அரசுக் கட்டுப்பாட்டில் வைப்பது. காகிதப் பணத்தை பயன்பாட்டுக்குக் கொண்டுவருவது. அரசுக் கட்டடங்களைத் தகுந்த அரசு அலுவலகங்களுக்குக் கொடுப்பது. சிவில் ஆர்க்கிடெக்ட் நியமனம் செய்வது. இந்த சீர்திருத்த நடவடிக்கைகள் அனைத்தும் ஒப்புதல் பெறப்பட்டன. சில உடனே செயல்படுத்தப்பட்டன. இடம் மாற்றுதல், கட்டிடம் கட்டுதல் போன்றவை கொஞ்சம் காலம் எடுத்தன. ஆளுநர் கோட்டையில் தங்காமல் அதை வாடகைக்கு விட்டு வெளியில் தங்கினால் சிக்கனம் என்று நினைத்தார். தங்குமிடப் பணி 89,500 பகோடாக்கள் தேவைப்படும் என்று தொடங்கி 1,76,350 பகோடாக்கள் செலவானது கம்பெனிக்கு வருத்தமளித்தது. சில அறிவிப்புகள் சிக்கல்களையும் அதிகச் செலவையும் கொண்டு வந்தாலும் பின்னர் அதெல்லாம் அவசியம்தான் என ஒப்புக்

கொள்ளப்பட்டது. மதராஸ் நிர்வாகத்தில் குறிப்பிடத்தக்க மாற்றங்களை அவர் பணி உண்டாக்கியது. அவருக்குப் பின் வந்த ஆளுநர்கள் விருந்தோம்பல் மண்டபத்தைத் தொடர்ந்து பெருமையாக பயன்படுத்தியதற்கு க்ளைவுக்கு நன்றி சொல்லவேண்டும் என எச்.டி.லவ் குறிப்பிடுகிறார்.

எட்வர்ட் ஆளுநராக இருந்தபோது **1802**-ஆம் ஆண்டு வில்லியம் லாம்டன் (Lambton) தொடங்கிய பணியே பின்னாளில் தி க்ரேட் ட்ரிகோணமெட்ரிகல் சர்வே (Great Trigonometrical Survey) ஆனது. ஊட்டி, கொடைக்கானல் எல்லாம் சென்று ஓய்வெடுக்கும் முன்பு ஆங்கிலேயர்களுக்குத் தோட்ட வீடுகளை விட்டால் பரங்கிமலைதான் ஊட்டி. யேசுவின் நேரடிச் சீடரான தாமஸ் கிறித்தவ மதத்தைப் பரப்ப வந்து இம்மலையில் கொல்லப்பட்டதாகச் சொல்லப்படுகிறது. அவர் பெயரால், புனித தோமையார் ஆலயம் இங்குள்ளது. இங்கு செல்லும் வழிக்குப் படிகளை அமைத்துக் கொடுத்தவர் ஆர்மேனியர் கோஜா பெட்ரஸ். ஓய்வெடுக்கும் நோக்கம் தவிர உயரமான பகுதி என்பதால் ஆங்கிலப் படைப்பிரிவுக்கும் உகந்த இடம். லாம்டன் (Lambton) இந்த பல்லாவரம் மலையில் இருந்து இந்தியாவை அளக்கும் முயற்சியைத் தொடங்கினார். போர் வீரரான லாம்டனுக்கு நில அளவீடும் தெரியும். இவர் பரங்கிமலை, பல்லாவரம், பாட்டினப்பாக்கத்தைச் சேர்த்து ஒரு முக்கோணத்தை உருவாக்கினார். கற்பனையில்தான். அந்த முக்கோணத்தை விரிவாக்கி கன்னியாகுமரி முதல் இமயம் வரை அறிவியல் முறையில் துல்லியமாக இந்திய துணைக்கண்டத்தின் வரைபடம் உருவாக்கப்பட்டது. பல பத்தாண்டுகள், பல நூறு பேரின் உழைப்பை உண்டது இப்பணி.

கலங்கரை விளக்கம்

எட்வர்ட் க்ளைவ் கோட்டைக்கு வெளியே வணிக நடவடிக்கைளுக்கான அலுவலகம் வேண்டும் என்று எடுத்த முடிவின் அடிப்படையில் இன்றைய ராஜாஜி சாலையில் பல கட்டடங்கள் எழும்பின. வங்கி, நீதிமன்றம், வணிகக் கேந்திரம், சுங்க வரி அலுவலகம் என வரிசைகட்டி நின்று பரபரப்பாக இயங்கின. வடக்குக் கடற்கரை சாலை, ஃபர்ஸ்ட் லைன் ஆஃப் பீச் (First line of Beach) என்றழைக்கப்பட்ட இச்சாலையில் ஆளுநர் பென்டிங்க் *(1803-1807)* பெயரைக் கொண்ட பென்டிங்க் கட்டடம் (Bentinck's Building) இருந்த இடத்தில் தற்போது சிங்கார வேலர் மாளிகை உள்ளது. இந்த ஃபர்ஸ்ட் லைன் ஆஃப் பீச் கட்டடங்களில் கொள்ளாத கடைகள் பாரி முனையில் ஆரம்பித்து டேர் ஹவுஸுக்குப் பின்னால் உள்ள தெருக்களுக்குச் சென்றன. லிங்கிச் செட்டித் தெரு, தம்புச்செட்டித் தெரு, ஆர்மீனியன் தெரு, ஆண்டர்சன் தெரு என வரிசையாக அலுவலகங்கள் கிடங்குகள் என்று வணிகம் நிரம்பி வழிந்தது. குடோன் தெரு, பந்தர் (கடை) தெரு என காரணப் பெயராகக் கொண்ட தெருக்களும் இங்குள்ளன. அனைத்து தெருக்களிலும் இன்றும் கூட மொத்த விலைப் பொருள்களின் கடைகள் உள்ளன. துணி, நகை, பாத்திரங்கள், எழுது பொருள்கள் என துறைவாரியாக ஒவ்வொரு தெருக்களிலும் கடைகள் நிறைந்துள்ளன.

பாரி முனையின் டேர் இல்லத்தில் மோதிக் கொண்டிருந்த கடல் அலைகள் உள்ளே செல்லச் செல்ல இரண்டாவது கலங்கரை விளக்கத்துக்குத் தேவை உண்டானது. முதல் கலங்கரை விளக்கம் எட்வர்ட் மதராஸ் வருவதற்கு இரண்டாண்டுகள் முன்பு உருவானது. கலங்கரை விளக்கம் இல்லாததால் இரவில் நிறுத்தி வைத்து பகலில் மதராஸ் ரோட்டுக்குக் வருவது வாடிக்கையாக இருந்தது. இதனால், தெற்கில் இருந்து வரும் கப்பல்கள் கோவளத்தின் மீன் தொகுதியை எதிர்கொள்வதும், வடக்கில் இருந்து வரும் கப்பல்கள் ஆர்மகான், பழவேற்காடு மணல்திட்டுகளில் எச்சரிக்கையோடு அணுகுவதும் தொல்லையாக இருந்தது. புனித மேரி ஆலயத்தின் ஊசிக் கோபுரத்தில் விளக்கை வைத்தால் முடிந்தது வேலை என நினைத்தார்கள். செயலாளர் கடிதம் எழுதி முறையாக இதைத் தெரிவித்தார். சாப்ளின் மதம் சாராத எந்த ஒரு நடவடிக்கையும் தேவாலயத்தில் கூடாது என 1680-ஆம் ஆண்டு ஏற்பாடான ஒப்பந்தத்தைக் காட்டி மறுத்துவிட்டார். மதத்தைப் பரப்ப வருபவர்களும் இதே கப்பலில்தான் வருகிறார்கள் என்று விதண்டாவாதம் பேசாமல் வேறு இடத்தைத் தேடியது கம்பெனி. கடல் வாயிற்கதவு அருகில் பிரம்மாண்டமாக உருவாகியிருந்த வர்த்தக இல்லம் நல்ல தேர்வாக இருந்தது. ஒரு வழியாக 1796 ஆம் ஆண்டு மதராஸுக்கு முதல் கலங்கரை விளக்கம் கிடைத்தது.

வர்த்தக இல்லத்தின் மேல் தளத்தில் இரும்பினால் உருவாக்கப்பட்ட அமைப்பில், விளக்குக் கூண்டு (lantern), பிரதிபலிப்பான், தேங்காய் எண்ணெயில் எரியும் பன்னிரெண்டு விளக்குகள் வைத்து கலங்கரை விளக்கம் தயாரானது. பன்னிரெண்டு விளக்கை ஏற்றி வைத்தால் எப்படி அவ்வளவு தூரம் தெரியும்? விளக்கின் பின்னால் இருக்கும் பிரதிபலிப்பான் அதற்கு உதவும். ஒளியைக் குவித்துப் பிரதிபலிக்கும் பரவளையத் தெறிப்பு (paraboloidal) ஆடிகள் பல நூறு ஆண்டுகள் புழக்கத்தில் இருந்தன. 1777-ல் இங்கிலாந்தில் வில்லியம் ஹட்சின்ஸன் குட்டிக் குட்டிக் கண்ணாடிகளை ஒட்டி வைத்து உருவாக்கிய அமைப்பு இன்னும் பயனுள்ளதாக இருந்தது. இதில் தேவைக்கேற்ப மாற்றங்கள் ஏற்பட்டுக்கொண்டே இருந்தன. நிலைத்து நிற்காமல் சுற்றிக்கொண்டிருக்கும்

கலங்கரை விளக்கம் 1781-ல் ஸ்வீடனில் முதலில் அறிமுகம் செய்யப்பட்டது.

சின்னதும் பெரியதுமாக ஒரு வருடத்தில் தோராயமாக 2500 கலங்கள் மதராஸ் ரோட்டுக்கு வந்தன. முதலில் சராசரியாக ஒன்றேகால் பகோடாப் பணம் கலங்கரை விளக்கப் பராமரிப்புக்காக வசூலிக்கப்பட்டது. பிறகு, ஐம்பது டன் கலங்களுக்கு கால் பகோடாவில் ஆரம்பித்து 900 டன் கப்பல்களுக்கு ஐந்து பகோடா வரை கப்பலின் அளவைப் பொறுத்து பணம் வசூல் செய்யப்பட்டது. கடல் மட்டத்தில் இருந்து 90 அடி உயரத்தில் இருந்த கலங்கரை விளக்கம் 17 மைல் தூரத்தில் இருந்து தெரியும். கப்பலின் உயரமான பகுதியான மாஸ்ட் ஹெட்டில் (mast-heads) இருந்து பார்த்தால் 26 மைல் தொலைவில் இருந்தே தெரியும். கலங்கரை விளக்கம் அங்கேயே நின்று கொண்டிருந்தாலும் கடல் பின்னுக்குப் போய்விட்டது.

இதனால் உருவான இரண்டாவது கலங்கரை விளக்கமும் இடம் மாற்றப்பட்டது. 1892-ஆம் ஆண்டு கட்டி முடிக்கப்பட்ட இப்போதைய உயர்நீதிமன்றக் கோபுரம் கலங்கரை விளக்கத்தை விட உயர்ந்து நின்று குழப்பம் ஏற்படுத்தியதுதான் காரணம். இப்போதிருக்கும் கலங்கரை விளக்கம் நான்காவதாக உருவானது. 1977-ஆம் ஆண்டு கடல் மட்டத்தில் இருந்து சுமார் 190 அடி உயரத்தில் 28 கடல் மைல் தொலைவில் இருந்து தெரியும் வண்ணம் மூன்றடுக்குக் கட்டடமாக எழுப்பப்பட்டுள்ளது.

எட்வர்ட் க்ளைவ் காலத்திலேயே கப்பற்துறையும், துறைமுகமும் பற்றி கேப்டன் லெனன் முறையிட்டிருந்தாலும் பத்தொன்பதாம் நூற்றாண்டின் பிற்பகுதியில்தான் அதற்கு வாய்ப்பு உண்டானது. கப்பல்களில் இருந்து கரைக்கு மசூலா படகுகள் மூலம் சரக்குகளைக் கொண்டு வரும்போது அதிக இழப்பு இருந்தது. கடல் பயணத்தில் ஏற்படும் இழப்பில் 90 சதமானம் சரக்குகளைக் கப்பலில் இருந்து கொண்டு சேர்ப்பதில்தான் இருந்தது. மொத்த லாபத்தில் 30 சதமானம் படகுக்காகவே செலவானது. மோசமான பருவநிலையில் கப்பல்கள் பாதுகாப்பாக நிற்கவும் துறைமுகம் அவசியமானது. வெறுமனே நங்கூரமிட்டு நிறுத்தினால் புயலில் மொத்தமும்

அழிந்துவிடும். சூயஸ் கால்வாய் உருவான பிறகு கப்பல் போக்குவரத்து ஷேர் ஆட்டோ அளவுக்கு கூடிவிட்டது. இதையெல்லாம் கருத்தில் கொண்டு வர்த்தக சபை துறைமுகம் உருவாக்கும் முடிவை பரிந்துரைத்தது.

"கரையிலிருந்து 3000 கஜ தூரத்துக்கு ஒன்றுக்கொன்று இணையான இரு அலை தாங்கும் அணை கரைகளை அமைத்து, முடிவில் அவை ஒன்றை நோக்கி ஒன்று வளைய வேண்டும். இரு அலைவாய்க் குறடுகளுக்கிடையே 515 அடி அகலத் திறப்பை உருவாக்க வேண்டும்" இதுதான் திட்டம். கருத்து வேறுபாடுகள். பணப் பற்றாக்குறை. புயல், மழை. நுழைவாயிலை மாற்றலாமா என மீண்டும் எழுந்த கருத்து வேறுபாடுகள். இப்படிப் பல தடைகளைத் தாண்டி ஒரு வழியாக பயன்பாட்டுக்கு வந்தது துறைமுகம். மண்ணரிப்பு, இட நெருக்கடி உள்ளிட்ட பல இடர்பாடுகள் இன்றும் உள்ளன. இயற்கையாக அமையப்பெற்ற துறைமுகங்களே தடுமாறும்போது செயற்கையாக உருவாக்கப்பட்ட சென்னைத் துறைமுகத்துக்கு இடர்கள் வருவது ஆச்சரியமில்லை.

சென்னைக்கும் இது பொருந்தும். மாநகரம் எழுவதற்குத் தோதான இடமில்லை இது. முன்கூட்டியே திட்டமிட்டு எழுப்பப்பட்ட நகரமும் அன்று. மக்கள் பெருக்கம் அதிகரிக்க அதிகரிக்க அதனால் ஏற்படும் சிக்கல்களைத் தீர்க்க ஒவ்வொன்றாக பின்னாளில் கட்டமைக்கப்பட்டது. சோகம் என்னவென்றால் தீர்வு செயல்படத் தொடங்குவதற்குள் மக்கள் தொகை வேகமாக வளர்ந்து புதுச் சிக்கல் வந்துவிடும். ஆன்லைன் சூதாட்டத்தில் பணத்தை இழப்பவர்கள் போல அரசுகள் இம்மாநகரின் சிக்கல்களுக்குத் தீர்வு காணும் பேராசையில் எதை எதையோ செய்கின்றன. புதுப் புது சிக்கல்கள் தோன்றிக் கொண்டே இருக்கின்றன.

எட்வர்ட் க்ளைவ் காலத்தில் நடந்த முக்கிய அரசியல் நிகழ்வு திப்பு சுல்தான் வீழ்ந்தது. மராத்தியர்கள் போர் புரிய வந்த போது ஹைதர் அலிக்கு வாக்களித்தபடி பிரிட்டிஷ் ஆதரவு கொடுக்காததால் ஆங்கில மைசூர்ப் போர் தொடர்ந்தது. ஹைதர் அலியும் அவர் மகன் திப்பு சுல்தானும் பிரிட்டிஷுக்கு எதிராகக் களம் கண்டனர். இவர்கள் துணையுடன் 1780-ஆம் ஆண்டு சிவகங்கைச் சீமையை ஆண்ட வேலு நாச்சியார் தன் ஆட்சியை ஆங்கிலேயர்களிடம் இருந்து மீட்டார் என்பது குறிப்பிடத்தகக்கது. 1792-ஆம் ஆண்டு நடந்த போரிலேயே திப்பு சுல்தான் மதராஸ் கவர்னர் ஜெனரல் கார்ன்வாலிஸிடம் தோல்வியுற்றார்.

கார்ன்வாலிஸ் திப்புவின் ஆட்சியை அகற்றாமல் அமைதி ஒப்பந்தம் ஏற்படுத்தி பணயத்தொகை கொடுக்கும் வரை பணயக்கைதிகளாக திப்புவின் மகன்களை மதராஸ் அழைத்து வந்தார். இந்த அரிய சாதனையை மெச்சி அவருக்குச் சிலை வைக்க முடிவு செய்து ஆதரவாளர்கள் பணம் திரட்டினர். அவ்வளவு பெரிய சிலையை கடலில் இருந்து இறக்கிக் கோட்டைக்குள் கொண்டு வந்தது மற்றுமொரு சாதனையாக இருந்திருக்கும். திப்புவை வென்ற பெருமையுடன் தன்

சிலையைத் தானே வரவேற்ற பெருமையும் சேர்ந்தது. இனவாதம் பேசிய சிவில் கிரிமினல் சட்டங்களை (Cornwallis Code) அறிமுகப்படுத்தியவர். இவர் சிலை பல இடங்கள் மாறி கடைசியாக தற்போது கோட்டை அருங்காட்சியகத்தில் இருக்கிறது.

மகன்களை மீட்ட திப்புவை **1799**-ஆம் ஆண்டு ரிச்சர்ட் வெல்லெஸ்ஸி வென்று நான்கு கட்டங்களாக நடந்த ஆங்கில - மைசூர் போரை முடிவுக்குக் கொண்டுவந்தார். திப்பு சுல்தான் வீழ்ந்த உடன் தென்னகம் முழுக்க ஆங்கிலேயர் வசம் வந்தது. பிறகு முழு வலிமையுடன் சில வருடங்களிலேயே இந்தியாவை ஆக்கிரமித்து விட்டார்கள்.

மேலே சென்ற எதுவும் கீழே விழத்தான் செய்யும். இங்கிலாந்து மட்டும் விதிவிலக்கல்ல. கொள்ளையடித்த வரையிலும் போதும் என ஆங்கிலேயர் மூட்டை முடிச்சுகளுடன் விடைபெற்றுச் செல்லும் காலமும் வந்தது. பிரிட்டிஷ் ஆட்சி ஆரம்பித்த இடமாக மதராஸ் இருந்ததைப் போலவே விடுதலைப் போரிலும் முன்னணியில் நின்றது. இந்தியாவில் பிரிட்டிஷ் நேரடியாக ஆளக் காரணமான சிப்பாய் கலகம் முதல் விடுதலைப் போர் சம்பவமாக குறிப்பிடப்படுகிறது. வேலு நாச்சியார், கட்டபொம்மன், புலித்தேவன் போர்கள், வந்தவாசிப் போர், வேலூர் கலகம் எல்லாம் நேரடி ஆட்சிக்கு முன்பு நடந்ததாலோ என்னவோ முதல் விடுதலைப் போர்களில் ஒன்றாக பதிவாகவில்லை.

இருபதாம் நூற்றாண்டில் ஆரம்பிக்கப்பட்ட ஹோம் ரூல் இயக்கம் **(1916)** மதராஸில் அன்னி பெசண்ட்டால் தொடங்கப்பட்டது. சுப்பிரமணிய சிவா, வ.வே.சு., வ.உ.சி.. இரட்டைமலை சீனிவாசன், சத்தியமூர்த்தி, ராஜாஜி, பாரதியார், முத்துலட்சுமி ரெட்டி என நாம் நன்கறிந்த தலைவர்கள் மட்டுமின்றி பல்லாயிரக் கணக்கான பொதுமக்கள் காந்தி அறிவித்த போராட்டங்களில் கலந்து கொண்டனர். ஆண்களும் பெண்களும் தங்கள் குழந்தைகளையும் அழைத்துக் கொண்டு வந்து குடும்பமாக நின்று போராட்டங்களில் கோஷமிட்டனர். அடியும் உதையும் வாங்கி காந்தியின் அஹிம்சைப் போராட்டத்துக்கு வலு சேர்த்தனர்.

சுயமரியாதை இயக்கம் மதராஸ் அரசியலின் மற்றொரு தனித்த அடையாளம். பெண்களுக்குச் சொத்துரிமை, கல்வி போன்றவற்றில் முற்போக்குச் சிந்தனையை இந்த இயக்கம் வளர்த்தெடுத்தது. சாதி ஒழிப்பை எதிர்த்து கடவுள் மறுப்பை முன்வைத்து தீவிர களப் பணியாற்றிய இந்த இயக்கம் தமிழ்நாட்டில் ஏற்பட்ட வளர்ச்சி, சாதி அடுக்குகளின் எல்லாத் தரப்பு மக்களிடமும் சென்று சேர வழி கோலியது. இன்றும் சாதியை ஒழிக்க முடியவில்லை என்பதும் அதைப் பிரதானமாக வைத்தே அரசியல் நடக்கிறதென்பதும் தனிக்கதை. மனதளவில் சாதியை ஆதரித்தாலும் பெயரின் பின்னால் அடைமொழியாகச் சேர்ப்பதைத் தவிர்த்து வெளிப்படையாகச் சொல்லத் தயங்கிய வழக்கம் இந்தப் பத்தாண்டுகளில் மாறியிருப்பது மிகப்பெரிய பின்னடைவும் கூட.

சாதியைக் கடந்து மக்கள் ஒன்றிணையாமல் போயிருந்தால், கிராமங்களின் தொகுப்பாக இருந்த மதராஸ், பெருநகரமாக மாறி இருக்காது. கிராமங்கள் போல இறுக்கமாக சாதியைப் பற்றிக் கொண்டிருக்க இயலாத வேகமான நெருக்கடி நிறைந்த நகரச் சூழல் சென்னை போன்ற மாநகரங்களின் சிறப்பு. எத்தனை பேர் வந்தாலும் இந்நகரம் வாய்ப்பை வழங்கிக் கொண்டே இருக்கிறது. படிக்காதவனுக்கு நைட்டி கம்பெனி, படித்தவனுக்கு ஐடி கம்பெனி என நடிகர் சந்தானம் சொல்வது உண்மை. அயல் தேசத்தில் இருந்த வந்த ராபர்ட் க்ளைவாக இருந்தாலும் மண்ணின் மைந்தர்களாக இருந்தாலும் வேறுபாடு காட்டுவதில்லை இந்நகரம். வாழ்வில் முன்னேற நினைப்பவர்களுக்கு சென்னை அதன் வாசலைத் திறந்தே வைத்திருக்கிறது.

மதராஸை சுத்திப் பாக்கப் போறேன்

காலனியாதிக்கத்தின் எச்சங்கள் இன்றும் சென்னையில் இருக்கின்றன. அவற்றில் சில நாம் அன்றாடம் கடந்து செல்லும் இடமாகக் கூட இருக்கிறது. அறியாமையாலோ நேரமின்மையாலோ கவனிக்காதிருப்போம். நம்முடைய வேர்களை அறிவதும் நாம் வாழும் நிலத்தின் வரலாற்றை அறிவதும் வரலாற்று ஆய்வாளர்களுக்கு மட்டுமே உரித்தான தீவிர விஷயம் அல்ல. வரலாற்றுடன் தொடர்புள்ள ஒருசில இடங்களுக்காவது குடும்பத்துடன் சென்று வரலாம். அப்படி ஒருசில இடங்களும் அவை பற்றிய குறிப்புகளும் கீழே கொடுக்கப்பட்டுள்ளன. குழந்தைகள் உட்பட குடும்பத்துடன் சென்று பார்வையிடக் கூடிய, கூகுள் மேப் மூலம் சென்றடையக் கூடிய இடங்கள் இவை.

புனித ஜார்ஜ் கோட்டை

தமிழ்நாடு தலைமைச் செயலகம் அமைந்துள்ள இடம். அரசு அதிகாரிகளும், அரசியல்வாதிகளும் உலா வருவதால் ஏகப்பட்ட காவல் அதிகாரிகள் இருப்பதால், கெடுபிடிகள் அதிகம் இருப்பதால் பலர் இவ்விடத்தைப் பார்வையிட பொதுமக்களுக்கு அனுமதி கிடைக்காது என நினைக்கிறார்கள். அது உண்மையில்லை. உங்கள் பெயர், முகவரி, தொலைபேசி

எண்ணை எழுதிவிட்டு நீங்கள் தாராளமாக உள்ளே செல்லலாம். குறிப்பிட்ட பகுதிகள் மட்டுமே பொதுமக்கள் செல்ல அனுமதி கிடையாது. அங்கெல்லாம் காவலர்கள் இருப்பார்கள். தவறுதலாக அந்தப் பக்கம் சென்றால் அனுமதி இல்லை என்பதைக் கனிவாகக் கூறி மாற்று வழியைக் காட்டுவார்கள். வேலை நாட்களில் தலைமைச் செயலகத்துக்கு வரும் பெரிய மனிதர்கள், அவர்தம் பாதுகாப்புக் குழுவால் பரபரப்பு கூடுதலாக இருக்கும். வேலை நாட்களைத் தவிர்த்து வார இறுதியில் செல்வது நல்லது. வெள்ளிக்கிழமை மட்டும் விடுமுறை. கட்டணம் ஏதும் இல்லை. நுழையும் போதே அகழியின் மீது உள்ள மரப்பாலத்தைக் கடந்து உள்ளே வருவீர்கள். அப்படியே காலாற நீங்கள் சுற்றிப் பார்க்கலாம். பெரிய கோபுரம், கோட்டை என்று பிரமாண்டமாக அதிசயிக்கத் தக்க வகையில் எதுவும் இருக்காது. மற்ற காலனியாதிக்கச் சின்னங்களைப் போல அதிக சுற்றுலாப் பயணிகளை ஈர்க்காமல் இருப்பதற்கு அதுவும் ஒரு காரணம். சில நேரங்களில் கொத்தளங்களின் மேலே ஏறிப் பார்வையிடவும் அனுமதி உண்டு.

கோட்டை அருங்காட்சியம்

ஜார்ஜ் கோட்டையின் உள்ளே வந்ததும் வலதுபுறம் கடலை நோக்கி இருக்கும் கட்டடம்தான் அருங்காட்சியகம். முப்பத்தைந்து ரூபாய் கட்டணம். அனுமதிச் சீட்டுக்கான பணத்தை துலங்கல் குறியீடு மூலம் இணைய வழியாகத்தான் செலுத்தமுடியும். பணமாகக் கொடுக்க முடியாது. இதற்கு ஆதார் எண் தேவை. குடும்பத்தில் ஒரு நபரின் ஆதார் எண்ணைக் கொடுத்து மற்ற அனைவருக்கும் உடன் செல்பவர்கள் என்று பட்டியலிட்டு அனுமதிச் சீட்டினைப் பெறலாம். உள்ளே காலனியாதிக்கப் பொருள்கள், ஓவியங்கள், கோட்டையின் அமைப்பு, பல வகை நாணயங்கள், மதராஸ் ஆளுநர்களின் சிலைகள் அனைத்தும் காட்சிக்கு வைக்கப்பட்டுள்ளன.

க்ளைவ் இல்லம்

அருங்காட்சியத்தில் நுழையாமல் நேராக நடந்து சென்றால் வலதுபுறம் நாமக்கல் கவிஞர் மாளிகை வரும். உள்ளே நுழைய அனுமதி இல்லை. அங்கிருந்து இடதுபுறம் திரும்பி சட்டமன்றக் கட்டடத்தின் பின்புறம் உள்ள தெருவில் நடந்து சென்றால்

பரேடு மைதானத்தைப் பார்க்கலாம். அதையும் தாண்டி கொஞ்ச தூரத்தில் க்ளைவ் இல்லம் இருக்கும். இந்த வீட்டில் குறுகிய காலம்தான் அவர் வசித்தார். தற்போது தொல்லியல் துறை அலுவலகமாக உள்ளது. எனவே உள்ள செல்ல அனுமதி இல்லை. உங்களிடம் வசீகரமான 'சூர்யா சிரிப்பு' இருந்தால் காவலாளியிடம் அதை முயன்று பார்க்கலாம். முழுக்கச் சுற்றிப் பார்க்க இயலாது எனினும் உள்ளே சென்று பார்க்க சில நேரம் அனுமதி கிடைக்கும். வெளியில் இருந்து பார்க்க அபார்ட்மெண்ட் போன்று தோற்றமளித்தாலும் இல்லத்தினுள் மழைநீரும் வெளிச்சமும் உள்ளே வரும் சிறிய முற்றம், செடிகள், தாழ்வாரம் எல்லாம் இருக்கின்றன.

புனித மேரி தேவாலயம்

க்ளைவ் இல்லத்திற்கு எதிரே இருப்பது புனித மேரி தேவாலயம். உயர்ந்து நிற்கும் கோபுரம் தூரத்தில் வரும்போதே கண்ணிற்கு தெரியும். ஞாயிறு பாதி நாள் மட்டுமே திறந்திருக்கும். மற்ற நாள்களில் காலை மாலை இரு வேளையும் வழிபாடு நடக்கும். விருப்பமிருந்தால் வழிபாட்டில் கலந்து கொள்ளலாம். கடவுள் நம்பிக்கை இல்லையென்றாலும், நூற்றாண்டுகள் பழமையான ஆர்கன் இசையைக் கேட்கவாவது சற்று நேரம் அமர்ந்திருக்கலாம். ஆளுநர் அமரும் வேலைப்பாடு மிகுந்த பார்வையாளர் மாடம், சுவர்கள், தூண்கள், அவற்றின் கலைநயம் மிக்க வேலைப்பாடுகள், ஞானஸ்னானத் தொட்டி, தேவாலயத்தின் வெளியே பதிக்கப்பட்டுள்ள கல்லறைக் கற்கள் அனைத்தையும் பார்வையிடலாம்.

ஐஸ் ஹவுஸ்

கடற்கரைச் சாலையில் இருக்கும் விவேகானந்தர் இல்லம் அந்தப் பெயரைப் பெறும் முன் ஐஸ் ஹவுஸாக இருந்தது. ஆங்கிலேயர்கள் பத்தொன்பதாம் நூற்றாண்டில் கப்பல் மூலம் ஐஸ் கட்டிகளைத் தருவித்து அதைப் பாதுகாத்துப் பயன்படுத்தினர். அதற்கான உறைகிணறு அமைப்பு இன்னும் இக்கட்டிடத்தில் பார்வைக்கு இருக்கிறது. விவேகானந்தர் பற்றிய அருங்காட்சியகமும் சிறப்பான வகையில் பராமரிக்கப்படுகிறது.

ஜார்ஜ் டவுன்

பாரிமுனை டேர் ஹவுஸ் எதிரில் நடந்து சென்றால் உச்சநீதிமன்றக் கட்டட வாயிலுக்கு முன் ஒரு கல்வெட்டு இருக்கும். முதல் உலகப் போரில் ஜெர்மன் கப்பலான எம்டன் சென்னையின் மீது வீசிய குண்டு வந்து விழுந்த இடம். சில வருடங்கள் முன்பு வரை குண்டு விழுந்ததால் உடைந்த சுவரின் தோற்றம் அதே மாதிரி வடிவிலேயே பாதுகாக்கப்பட்டு வந்தது. தற்போது நன்றாக பூசி மெழுகி கல்வெட்டுத் தகவல் மட்டும் உள்ளது. இருநூறு ஆண்டுகளைக் கடந்து இன்னும் செயல்படும் தாமஸ் பாரி நிறுவனத்தின் பாரி முனைக் கட்டடம் முடியும் இடத்தில் எல்லை ஸ்தூபி ஒன்று நிற்பதையும் காணலாம். எஸ்பிளனேடு பகுதி உருவாக்கம், கருப்பர் நகர எல்லையைக் குறிக்கும் இந்தத் தூண்கள் அழிந்து போனதைப் பற்றிக் கதை பேசிக்கொண்டே 120 ஆண்டுகாலப் பழமையான நைனன்ஸ் உணவகத்தில் சாப்பிடலாம். அரசு விடுமுறை நாட்களில் இயங்காது. வெறுமனே நடந்து சென்று வேடிக்கை பார்க்க விருப்பம் இருந்தால் அருகில் உள்ள தேவாலயங்கள், மூலையில் கதவிருக்கும் பழங்காலக் கட்டடங்கள், பவழக்காரத் தெரு, பேக்கர் தெரு போன்றவற்றைப் பார்வையிடலாம்.

ஆர்மீனியன் சர்ச்

அரண்மைக்காரத் தெரு ஆர்மீனியன் என்ற சொல்லின் தமிழ் வடிவம். இங்கிருக்கும் தேவாலயம் அழகும் அமைதியும் பிரம்மாண்டமும் உள்ளே சென்றால்தான் புலனாகும். ஐந்து பெரிய மணிகள், கல்லறைகள் இருக்கும் தேவாலயம் முந்நூறு ஆண்டுகால வரலாற்றைத் தாங்கி நிற்கிறது.

கச்சாலீஸ்வரர், கந்தகோட்டம், சென்னகேசவர்

ஆர்மீனியன் தேவாலயத்தில் இருந்து ஒரு கிலோ மீட்டர் தூரம் கூட இருக்காது கச்சாலீஸ்வரர் கோயில். கந்தகோட்டமும் சென்னகேசவர் கோவிலும் ஒரு கிலோமீட்டருக்குக் கொஞ் சம்கூட வரும். உச்சநீதிமன்றத்துக்கு மெட்ரோ ரயில், பஸ், ஆட்டோ என எல்லாவிதமான போக்குவரத்து வசதிகளும் எளிதாகக் கிடைக்கும். அதற்குமேல் நடராஜா சர்வீஸ் சிறந்தது. கார் எல்லாம் எடுத்து வந்தால் வண்டியை ஓட்டுவதே சிரமம்.

நிறுத்துமிடம் பற்றி யோசிக்கக் கூட முடியாது. இரு சக்கர வாகனம் என்றால் பரவாயில்லை.

பூக்கடை

இளம் குழந்தைகளுடன் வராத குடும்பங்கள், நண்பர்கள் எனில் பூக்கடையும் அதை அடுத்துள்ள ஒவ்வொரு தெருவும் ஷாப்பிங் செய்ய ஏற்ற இடம். நெரிசலான குறுகிய தெருக்கள். கூட்டமாக அதிக மக்கள் புழங்கும் இடம். நடப்பதைத் தவிர வேறு ஆப்ஷன்கள் கிடையாது. ஆடைகள், கைப்பைகள், பேனா, டைரி, வாழ்ந்து அட்டைகள் உள்ளிட்ட பரிசுப் பொருள்கள், தொங்கும் விளக்குகள், ஆபரணங்கள் என ஒவ்வொரு தெருவும் மொத்தவிலைக் கடைகளால் நிறைந்திருக்கும். ஆங்காங்கே லஸ்ஸி, சமோசா விற்கும் கடைகளும் இருக்கும். பர்ஸை விழுங்காத ஷாப்பிங் சாத்தியம். சந்தடியும் போக்குவரத்தும் ஆரம்பிக்கும் முன்பு சென்றால் தெருக்களை பார்வையிடவும் புரிந்து கொள்ளவும் ஏதுவாக இருக்கும்.

அருங்காட்சியம், பாந்தியன் சாலை

எக்மோர் அரசு அருங்காட்சியகம் புவியியல் மாதிரிகள், உயிரியல் மாதிரிகள் நிறைந்த அறிவுக் களஞ்சியம். குழந்தைகளுக்கென்றே பிரத்யேகமான அறிவியல் அரங்கமும் உள்ளது. அருகில் உள்ள பாந்தியன் சாலை பிரிண்டட் காட்டன் துணிகளுக்குப் பெயர் பெற்றது.

மணியக்காரர் சத்திரம்

பாரீஸ் கார்னர் வரையிலும்கூட மற்ற பகுதிச் சென்னைவாசிகள் வந்திருப்பார்கள். பெரும்பாலும் அதைத் தாண்டி வடசென்னைக்குள் வந்தவர்கள் குறைவுதான். எம்.சி.ரோடு என்றழைக்கப்படும் மணியக்கார சத்திரச் சாலை மொத்தவிலை ஆடைக் கடைகளின் தெரு. முகப்பில் நவநாகரீக ஆடைக் கடைகளும் ஒவ்வொரு சந்திலும் ஏராளமான மொத்தவிலைக் கடைகள், பின்னாலாடைக் கடைகள் இருக்கும். கடைகளுக்கிடையில் சிக்கியிருக்கும் சுழல்மெத்தையைக் கண்டுபிடிப்பது வாரமலரில் இரண்டு படங்களுக்கு இடையில் ஆறு வித்தியாசங்கள் கண்டுபிடிப்பது போல எளிதல்ல. வடசென்னையின் புகழ்பெற்ற சண்முகம் பொடி

நிறுவனத்தின் சுழல்மெத்தைக் கட்டிடம் இன்று கைமாறி துணிக்கடையாக உள்ளது. இந்தத் தெருவில் நயமான விலையில் கிடைக்கும் துணிகளை வாங்கிக் கொண்டு ராக்ஸ் தேவாலயம், கல்லறை, ஆர்.எஸ்.ஆர்.எம். மருத்துவமைன எல்லாம் கடந்து மணியக்காரர் சத்திரத்துக்குப் போகலாம். முதியோர் இல்லம் இன்னமும் செயல்படுவதால் பார்வையிட்டு ஏதேனும் உதவி செய்துவிட்டு வரலாம். பஞ்ச காலத்தில் இருந்த கஞ்சித் தொட்டிகள் எதுவும் இப்போது இல்லை. மனக்கண்ணில் கற்பனை செய்து பார்த்துக் கொள்ள வேண்டியதுதான்.

மாடிப்பூங்கா

வால் டாக்ஸ் ரோடு என்ற பெயர் வரக் காரணமான வரிச்சுவர் மேல் அமைக்கப்பட்டிருக்கும் பூங்கா. அவ்வப்போது புதுப்பிக்கப்பட்டு சில காலம் பராமரிக்கப்படும். நீங்கள் செல்லும்போது எந்த நிலையில் இருக்கிறது என்பது உங்கள் அதிர்ஷ்டத்தைப் பொறுத்தது. வட சென்னையைப் பொறுத்தவரை புதிதாக வரும் நபர்கள் வரலாற்றை நினைவுகூர்ந்து வியக்கலாம். உள்ளூர்வாசிகளுக்கு நடந்து செல்லும் தெருவில் இருந்து தங்கியிருக்கும் வீடு வரை எல்லாமே நூறாண்டுகளுக்கு மேல் வரலாறு கொண்டவை என்பதால் பெரிதாக இதைப் பற்றியெல்லாம் அலட்டிக் கொள்வதில்லை.

அகஸ்தீஸ்வரர் கோயில், சேனியம்மன் கோயில்

தண்டையார்பேட்டை, திருவொற்றியூர் நெடுஞ்சாலையில் (டி,எச்.ரோடு) அமைந்திருக்கும் அகத்தீஸ்வரர் கோயில் பதினெட்டாம் நூற்றாண்டைச் சேர்ந்தது. இப்போது இல்லாமல் போய்விட்ட அகஸ்தியா தியேட்டரும் புதிதாக எழும்பி நிற்கும் அகஸ்தியா அடுக்குமாடிக் குடியிருப்பும் சூடியிருப்பது இக்கோயிலின் பெயர்தான். இந்தக் குடியிருப்பு இல்லாதபோது அங்கிருந்த சாலை வழியாகச் சேனியம்மன் கோவிலுக்கு வரலாம். இக்கோயிலில் இருக்கும் அம்மன் அகத்தீஸ்வரர் கோவிலில் இருந்து வந்தவர் என்கிறார்கள். அம்மன் பெயரும் அகத்தீஸ்வரர் உடனுறை சேனியம்மன் என்பதுதான். ஆனால் அகத்தீஸ்வரர் கோயிலில் சேனியம்மன் பற்றிய குறிப்புகள் எதுவும் இல்லை. சென்னையின் மற்ற

புகழ்பெற்ற அம்மன் கோயில்கள் சேனியம்மனின் கிளைக் கோயில்கள் என்பது ஏரியாவாசிகள் கொடுக்கும் தகவல்.

தியாகேஸ்வரர், வடிவுடையம்மன்

ஆதிபுரீஸ்வரர் என்ற பெயரில் தென் சென்னைவாசிகளால் அழைக்கப்படும் இந்த ஏழாம் நூற்றாண்டுக் கோயிலில் இருப்பவர் தியாகேஸ்வரர். இந்தக் கால சாய்பாபா கோயில் போல ஏகப்பட்ட சன்னதிகளுடன் உள்ளது. உள்ளூர்வாசிகள் வடிவுடையம்மன் கோயில் என்றுதான் அழைக்கிறார்கள். பௌர்ணமிகளில் வடிவுடையம்மன், கொடியிடை அம்மன், திருவுடை அம்மன் என மூன்று அம்மன்களை தரிசிக்கும் வழக்கம் பல பக்தர்களிடம் உள்ளது.

பட்டினத்தார் சமாதியும் இரண்டு கிலோ மீட்டர் தூரத்தில் இருக்கிறது. தியான மண்டபத்துடன் நல்ல முறையில் பராமரிக்கப்படுகிறது. அருகில் இருக்கும் காலடிப்பேட்டை தெருக்களின் பெயர்களில் காலனியாதிக்கத்தின் சுவடுகளை அறியலாம். ஒன்றிரண்டு சைக்கிள் ரிக்ஷாவைக் கூடப் பார்க்கலாம்.

நிவேதிதா லூயிஸ் எழுதியிருக்கும் வடசென்னை நூலில் இதைப்போல பல இடங்கள் அதன் வரலாற்றுடன் குறிப்பிடப்பட்டிருக்கின்றன. பெரும்பாலான இடங்கள் தனிப்பட்ட முறையில் வரலாற்றில் ஆர்வம் கொண்டவர்கள் மட்டுமே சென்று பார்வையிட ஏற்றது. ஆர்வமில்லாதவர்கள் இதைப் பார்க்கவா இவ்வளவு தூரம் வந்தோம் என்று எண்ணக்கூடும். குறைந்தபட்சம் நூலைப் படித்துப் பார்க்கலாம். கஸ்டர்ட் சாப்பிட்டதில் இருந்து தடுக்கி விழுந்தது வரை அவர் பதிவு செய்திருக்கும் விதத்தில் ஏரியாவை நேரில் சுற்றிப் பார்த்து வந்த உணர்வு கிடைக்கும். ஸ்ரீராம் (https://sriramv.com/) வலைப்பக்கம், சென்னை மற்றும் கோட்டையில் என்ன பார்க்கலாம் என்று விளக்கும் நூல்கள், யூட்யூப் அனைத்துமே நிறைய தகவல்களைக் கொண்டிருக்கின்றன. சென்னை வரலாற்றில் ஆர்வம் உள்ளவர்கள் பயன்படுத்திக் கொள்ளலாம். சென்னை வாரத்தில் மட்டுமல்ல; எல்லாக் காலத்திலும் கொண்டாடப்பட வேண்டிய நகரம் சென்னை.

உதவிய நூல்கள்

Vestiges of Old Madras, 1640-1800 by H.D. Love

Story of Fort St. George with Illustrations by D.M. Reid

A History of the Military Transactions of the British Nation in Indostan by Robert Orme

The Life of Robert, Lord Clive by John Malcolm

Macaulay's essay on Lord Clive

சென்னை மறுகண்டுபிடிப்பு - எஸ்.முத்தையா

கிழக்கிந்தியக் கம்பெனி - தீர்த்தங்கர் ராய், தமிழில்: எஸ்.கிருஷ்ணன்

மதராஸ் 300 - தமிழில் பேரா. சிவ. முருகேசன்

சென்னையின் கதை (1921) - கிளின் பார்லோ

வடசென்னை - நிவேதிதா லூயிஸ்

ஸ்ரீராம் வலைத்தளம் (www.sriramv.com), உயிர்மை தளத்தில் (https://uyirmmai.com/) விநாயக முருகனின் சென்னை கட்டுரைகள், மதராஸ் கெசட்டில் ஆரம்பித்து ஹிந்து, டைம்ஸ் ஆஃப் இந்தியா உள்ளிட்ட பத்திரிகைகளின் தகவல்களும் உதவின. கூடுமானவரை மூல நூல்களில் சரிபார்த்த பிறகே தகவல்கள் இந்நூலில் சேர்க்கப்பட்டுள்ளன.